Tủ sách Văn học - Ban văn học Amun
Email: info@dinhtibooks.com.vn

SEX VÀ NHỮNG THỨ KHÁC
Bản quyền tác phẩm © Tâm Phan
và Công ty TNHH TM&DV Văn hóa Đinh Tị, 2012

Biên mục trên xuất bản phẩm của Thư viện Quốc gia Việt Nam

Tâm Phan
Sex và những thứ khác : Tạp văn / Tâm Phan. - Tái bản lần thứ 5. - H. : Văn học ; Công ty Văn hoá Đinh Tị, 2017. - 144tr ; 20cm. - (Tủ sách Văn học)

1. Tình dục 2. Tạp văn
306.7 - dc23

VHK0320p-CIP

TÂM PHAN

Tạp văn
(Tái bản lần thứ năm)

AMUN® vh NXB VĂN HỌC

Lời giới thiệu

Sex và những thứ khác là một cuốn tạp văn với những góc nhìn khá táo bạo và có đôi chút "ngông" của tác giả Tâm Phan. Cuốn tạp văn đi sâu vào chủ đề khá tế nhị - "SEX". Tác giả không hề né tránh hiện thực về sex, không hề câu nệ những mối quan hệ gắn liền với sex để viết ra những nhận xét, những quan điểm khác biệt và thẳng thừng: sex trước và sau hôn nhân, sex và tình yêu, quan niệm bình đẳng giới trong sex, tình dục an toàn... Đó hẳn là những kinh nghiệm sống quý báu, đòi hỏi con người phải biết trang bị cho hành trang của chính mình để không mắc phải sai lầm trong cuộc sống. Tác phẩm cũng đề cập đến nhiều vấn nạn trong cuộc sống hiện đại ngày nay, và đưa ra một thông điệp: "Chúng ta - chính chúng ta, phải tự bảo vệ sức khỏe của bản thân mình." Điều đó vô cùng quan trọng.

Phần sau là những chuyện không để cập đến sex, mà để cập đến những chuyện khác, hay nói một cách thấu đáo hơn, là để cập đến một mảng linh hồn của con người: phong cách sống, bài học để đời, sự nỗ lực không bao giờ là thừa... Những điều đó tưởng chừng như rất đỗi bình dị, nhưng lại có một sức sống tiềm tàng, mang tới một giá trị to lớn. Có thể nói, sau *Hồi ký Tâm Phan*, cuốn tạp văn này đã thổi một làn gió mới tới độc giả Việt Nam trong và ngoài nước.

-Dinhtibooks-

PHẦN I
SEX VÀ...

Sex trước hôn nhân

Tôi đã quan hệ tình dục với người yêu hồi tôi mười chín tuổi. Phải nói là nó rất tuyệt vời và khiến tình yêu của chúng tôi thêm thăng hoa. Chúng tôi yêu nhau rất tâm đầu ý hợp và vô cùng hạnh phúc. Gia đình hai bên đều vun vén. Khi đó, cả hai chúng tôi đều là sinh viên và sống cùng gia đình - mỗi người một nhà, khi thì quan hệ ở nhà anh ấy, khi thì ở nhà tôi. Các cụ cũng biết nhưng không ngăn cấm và cũng không can thiệp, lờ đi coi như không biết. Như vậy, chúng tôi cũng thoải mái, không phải lén lút, chỉ cần kín đáo và tế nhị, nghĩa là tôn trọng người khác khi họ tôn trọng chuyện riêng tư của mình.

Tôi không bao giờ nghĩ mình như vậy là "mất trinh", "đáng xấu hổ", hay lo sợ "không thể lấy ai khác ngoài anh ấy". Thực lòng, tôi sợ mất danh dự, mất lòng tự trọng, mất tình nghĩa, mất nhân tính, mất đạo đức... chứ "mất trinh" thì có lẽ nó là cái cuối cùng trên đời này tôi sợ mất. Nói như vậy, không phải tôi coi thường trinh tiết. Ý tôi là "cái trinh" không phải là cái gì to tát. Nó không phải tiêu chuẩn để đánh giá đạo đức con người. Nó cũng không phải là cái quyết định vận mệnh của một đời người.

"Mất trinh" là sao? Là đã có sex rồi chứ gì? Sex thì có gì là xấu? Ngược lại, nó rất đẹp, nó làm cả hai cùng sung sướng, hạnh phúc và yêu nhau hơn. Nó là thần dược kỳ diệu cho tình yêu thêm nồng. Và dĩ nhiên càng yêu nhau, cả hai càng muốn lấy nhau, và chắc chắn cuộc hôn nhân ấy sẽ hứa hẹn hạnh phúc hơn những hôn nhân không có sex hay sex nhạt nhẽo.

Tôi yêu người yêu của tôi. Tôi quan hệ tình dục với anh là hoàn toàn tự nguyện, chứ không phải một mối quan hệ "cho - nhận", vì tôi muốn cả hai cùng được thăng hoa, cùng lên đến đỉnh cao của hạnh phúc. Vậy tôi quan hệ tình dục với người tôi yêu thì có gì phải xấu hổ???

Rồi xong! Tôi đã mất trinh! Nếu đã mất trinh rồi thì quan hệ tình dục một lần hay một tỉ lần có khác gì nhau? Làm gì có con chip điện tử đếm "page view" gắn ở dưới đấy mà lo? Nếu đã mất trinh rồi thì ngủ với một người hay một tỉ người, ai biết? Nhưng sao tôi không làm điều đó? Sao tôi không quan hệ tình dục tứ tung cho bõ cái công "mất trinh"?

Vậy thì cái gì đã ngăn tôi lại? Trinh thì mất rồi, sợ gì??? Xin thưa, tôi sợ mất "Lòng Tự Trọng" ạ! Tôi sợ nhất là mất lòng tự trọng với bản thân mình. Không có gì nhục nhã hơn là tự mình khinh mình, ghê tởm mình. Tôi rất coi trọng cái đạo đức, tiết hạnh và niềm tự hào của mình, chứ không phải cái "màng trinh" vớ vẩn.

Vì "Lòng Tự Trọng", tôi không đi ngủ lang, nay người này, mai người khác. Vì "Lòng Tự Trọng", tôi chỉ chung thủy với người tôi yêu mà thôi. Chứ không phải vì anh lấy mất trinh của tôi thì tôi chung thủy với anh đâu nhé!

Nói tóm lại, tôi đang lải nhải cái gì vậy nhỉ?

Tôi ủng hộ sex trước hôn nhân. Nó không phải cái gì ghê gớm mà phải giữ khư khư, người yêu động vào là tát cho lật mặt. Nó cần phải có sự tự nguyện của hai bên, còn yêu nhau thật lòng hay không thật lòng thì... có trời biết?!!

Tuy nhiên, điều quan trọng nhất và đặc biệt quan trọng là Safe Sex (Tình dục an toàn) để tránh việc nạo phá thai đang ngày ngày gia tăng đến mức báo động ở Việt Nam. Trong chuyện sex, nếu "tai nạn" xảy ra thì chỉ có con gái là chịu thiệt thòi. Nếu có thai ngoài ý muốn thì người phải đi nạo hút thai là con gái, đau đớn lúc ấy là một chuyện, lỡ sau này không còn khả năng sinh nở, đó mới là nỗi ân hận một đời. Đừng nghĩ bọn đàn ông là gì mà mình phải dâng hiến, phục tùng, hay có suy nghĩ "anh ấy không thích dùng bao cao su thì em cũng chiều".

Tôi nói thật, nếu người yêu muốn quan hệ tình dục, hay nói toạc ra là muốn "phá trinh" em (mà em cũng muốn) thì em cứ gật đầu cho thoải mái (vì em cũng yêu người ta mà), nhưng hắn mà đề nghị "không dùng bao cao su" thì em phải tát cho hắn lật mặt mà chửi "thằng khốn nạn". Đấy! Ý tôi là thế!

Em phải tự biết bảo vệ mình, bảo vệ sức khỏe của mình, chứ không phải bảo vệ cái màng trinh làm gì, ngốc ạ!

Mẹ tôi là một bác sĩ phụ khoa rất giỏi. Bà là chuyên gia nạo hút thai. Trong số bệnh nhân của bà, có nhiều ca sĩ và người mẫu nổi tiếng. Tôi không đánh giá người ta là loại gì mà mới ba tháng trước tới phá thai, tháng này lại tới tiếp. Tôi chỉ thấy tội nghiệp cho họ, chỉ vì nể đàn ông đây mà! Hồ Xuân Hương cũng phải than "cả nể cho nên hóa dở dang" đấy thôi...

Nhưng sao mà phải nể??? Nó (con trai) không thèm quan tâm việc mình (con gái) phải lãnh chịu hậu quả cho cả hai - mà mình lại đi nể nó à??? Đến lúc lên bàn nạo thai thì đứa nào phải chịu đau??? Sau này lấy chồng mà bị vô sinh thì có nể đứa nào đã làm cho mình bị vô sinh mà không dám chửi nó không??? Hay là chửi nó tơi bời mà kêu trời??? Đến lúc đó thì trách ai??? Hãy tự trách bản thân mình ấy! Hãy trách bản thân rằng mình đã không bảo vệ sức khỏe của chính mình!

Hồi còn là sinh viên, thỉnh thoảng tôi xuống phòng khám giúp mẹ làm vệ sinh và hấp sấy dụng cụ y tế. Chứng kiến cảnh một bé gái mới mười bốn tuổi, quan hệ sớm, có thai, phải đi nạo mà lòng tôi đau như cắt, dù nó không phải máu mủ ruột thịt với mình. Nó chỉ là một đứa con gái bé bỏng, vì kém hiểu biết và thiếu giáo dục giới tính nên mới ra nông nỗi này. Tôi không phản đối chuyện quan hệ tình dục trước hôn nhân, chỉ khuyên chị em quan hệ tình dục an toàn, cho chính bản thân mình chứ không phải cho bất kỳ ai hết!

Còn thuốc tránh thai thì sao? Tôi vẫn gọi thuốc tránh thai là thuốc "cải lão hoàn đồng". Nó thực sự đúng với cá nhân tôi. Khi dùng thuốc tránh thai, da mặt tôi trở nên đẹp mịn màng, mụn nhọt không còn, ngực nở to hơn, đường cong cơ thể rõ ràng mà không cần phải phẫu thuật, người đầy đặn hơn, vòng kinh đều như đếm, giảm đau bụng kinh và không lo bị "mất hứng" như khi dùng bao cao su. Tuy nhiên, dùng lâu đến năm năm thì nên ngưng, nếu muốn tính đến chuyện lấy chồng và sinh con.

Chỉ với một điều kiện: cả hai phải chung thủy với nhau!

Nếu như bản thân em chỉ chơi bời, hay em thấy người ta cũng hay chơi bời thì tốt nhất là dùng bao cao su, đi đâu cũng phải găm trong ví nhé! Nếu dùng thuốc tránh thai mà một trong hai người không chung thủy thì rất dễ lây bệnh cho nhau. Bệnh gì? Bệnh lậu, bệnh giang mai, viêm gan siêu vi B, bệnh AIDS. Những bệnh này đều gọi là bệnh xã hội, phát tán qua nhân vật "trung gian" là gái điếm, dẫn đến vô sinh, ung thư (gan), hay tệ hơn là... chết. Cũng không tệ mấy nếu như em không sợ chết, nhưng nếu bị AIDS mà bị xã hội xa lánh, khinh bỉ và bỏ rơi thì... tệ thật, nhỉ!

Tóm lại là: Phòng Bệnh hơn Chữa Bệnh!

GVA 5/11/2007
Bài đã được đăng trên nguyệt san
Sài Gòn Tiếp thị số tháng 9/2008

Chung sống tiền hôn nhân

Tôi luôn muốn viết về đề tài này bởi những gì tôi trải nghiệm là những bài học quý giá và nó đã làm thay đổi cuộc đời tôi. Tuy nhiên, truyền thống và đạo đức của người Việt Nam vẫn khó chấp nhận việc nam nữ chung sống với nhau mà không kết hôn. Điều này tôi chỉ hiểu đơn giản là từ thời xa xưa, cụ tôi cấm bà tôi "nam nữ thụ thụ bất tương thân", rồi bà tôi cấm mẹ tôi không được "quan hệ" với đàn ông trước khi cưới, rồi đến lượt mẹ tôi nói với tôi về việc giữ gìn trinh tiết cho tới ngày lấy chồng.

Tôi nghĩ tôi rất may mắn vì có một người mẹ tâm lý và biết thông cảm với con gái khi tôi bắt đầu có bạn trai năm tôi mười chín tuổi. Bà không bao giờ tra hỏi tôi hay bắt tôi phải đi khám màng trinh. Bạn trai tôi cũng bị mẹ răn đe: "Này, đừng có ăn cơm trước kẻng đấy nhé" Anh đã rất lém linh đáp: "Con tưởng là đã nghe tiếng kẻng nên con lỡ ăn cơm rồi mẹ ạ!"

Phải nói rằng đến thế hệ chúng tôi, những người sinh ra vào cuối những năm 70, lớn lên vào thời "mở cửa" thì vấn đề quan hệ tình dục trước hôn nhân đã trở nên thoáng hơn. Những thế hệ sau (8x) thì lại càng thoáng và đến thế hệ 9x thì... ngoài sức tưởng tượng.

Mới đây tôi đọc một báo cáo thống kê của Trung tâm Chăm sóc sức khỏe sinh sản thành phố Hồ Chí Minh mà tôi phải giật mình: Trong tổng số 100.283 phụ nữ phá thai có 2.423 vị thành niên từ mười một đến mười chín tuổi.

Đây quả là một con số kinh khủng. Kinh khủng hơn nữa là lứa tuổi trẻ vị thành niên phá thai từ mười một tuổi. Vậy là ngay khi trẻ bắt đầu có hành kinh là đã quan hệ tình dục và mang thai. Tôi không hiểu các bậc phụ huynh nghĩ gì khi thấy con số thống kê này? Chắc nghĩ đó không phải con mình? Tại sao chúng ta có thể tảng lờ một sự thật là tụi trẻ con choai choai ngày nay cũng đã biết làm quen với sex. Hãy làm một điều gì đó cho con mình thay vì cấm đoán. Có cấm đoán cũng không được, mà càng cấm, chúng càng tò mò, muốn khám phá, tìm hiểu. Điều tốt nhất có thể giúp con là nói chuyện với chúng về các biện pháp ngừa thai và phòng tránh bệnh lây lan qua đường tình dục.

Điều cốt lõi tôi muốn nói ở đây lại không phải là vấn đề "tình dục an toàn" mà khi cha mẹ thẳng thắn nói chuyện với con cái về "tình dục an toàn" nghĩa là họ đã biết nhìn thẳng vào sự thật là con mình quan hệ tình dục ở tuổi vị thành niên, họ biết chấp nhận sự thật đó và làm cho nó trở nên tốt đẹp hơn.

Một khi sự thật được phơi bày: "Hầu hết thanh niên Việt Nam quan hệ tình dục trước hôn nhân" thì việc sống thử với nhau có gì là ghê gớm? Có gì là không thể chấp nhận được?

Chúng ta không cho phép đôi trẻ ăn ở với nhau như vợ chồng bởi vì sex chứ gì? Nhưng chúng đã quan hệ tình dục từ lâu rồi, đâu cần phải cưới nhau mới biết đến quan hệ tình dục? Và hãy tin tôi đi, khi sống cùng nhau, phải lo toan mọi thứ cùng nhau, bị stress vì áp lực công việc, chúng không thể quan hệ tình dục cả ngày được. Mà nếu chúng có thể quan hệ tình dục cả ngày sau vài tháng chung sống với bao tất bật lo toan thì đó lại là dấu hiệu đáng mừng, dự báo một hôn nhân vô cùng tốt đẹp.

Là một người làm cha, làm mẹ, đồng thời cũng là vợ hoặc chồng, ta phải hiểu hơn ai hết rằng "sống chung" hội đủ nhiều yếu tố như trách nhiệm, sự chia sẻ, tình thương yêu, tính cảm thông, sự hy sinh một số cái tôi, v.v... chứ đâu chỉ có sex?

Vậy nên khi bọn trẻ đã có sex rồi, trước khi bước vào hôn nhân, chúng cần phải học cách sống cùng nhau như vợ chồng. Chúng phải học cách chia sẻ trách nhiệm, tự làm ra tiền, tự xoay xở chi tiêu khi hai người sống chung với nhau. Bởi "sống chung" là yếu tố bắt buộc trong hôn nhân mà khi hai người yêu nhau, mỗi người một nhà thì sẽ không thể hiểu được việc sống chung khác biệt và khó khăn tới mức nào.

Mười một năm trước, tôi đã có cơ hội sống chung với bạn trai trước khi làm đám cưới. Chúng tôi yêu nhau năm năm và tôi luôn tin rằng anh ấy sẽ là chồng tôi sau này. Suốt thời sinh viên, chúng tôi mỗi người ở riêng tại nhà cha mẹ mình ở Hà Nội. Chúng tôi vẫn quan hệ tình dục và rất gắn bó với nhau. Gia đình hai bên cũng vun đắp và chúng tôi cũng đã bàn tới chuyện đám cưới, mơ về một ngôi nhà và những đứa trẻ mà chúng tôi sẽ cùng nhau tạo dựng.

Sau khi tốt nghiệp đại học, tôi quyết định vào Sài Gòn lập nghiệp và anh ấy cũng đi theo tôi. Ở Sài Gòn, chúng tôi thuê nhà sống chung. Với những gì chúng tôi đã có trong năm năm yêu nhau, những tưởng mọi khó khăn đều có thể vượt qua. Nhưng không! Lần đầu tiên sống chung dưới một mái nhà, chúng tôi phải đối diện với một thực tế mà bất cứ đôi vợ chồng mới cưới nào cũng phải trải qua.

Ai phải đi làm kiếm tiền?

Ai trả tiền thuê nhà và hóa đơn điện nước?

Ai phải đi chợ, nấu ăn, làm việc nhà?

Ai phải lo toan thu vén để thu vừa đủ chi?

Câu trả lời cho tất cả các câu hỏi trên đều là TÔI - người con gái trong mối quan hệ này.

TÔI - là người duy nhất đi làm kiếm tiền với đồng lương ít ỏi một triệu đồng một tháng.

TÔI - là người trả tiền thuê nhà và hóa đơn điện nước năm trăm nghìn đồng một tháng.

TÔI - phải đi chợ, nấu ăn và làm việc nhà.

TÔI - phải lo toan thu vén để sao cho hai người sống và ăn trong phạm vi bốn trăm nghìn đồng một tháng. Một trăm nghìn còn lại chi vào xăng xe, xà phòng, dầu gội, v.v...

Tôi làm tất, không kêu ca nửa lời bởi tôi thương anh lúc đó còn đang tìm việc làm. Anh không có lỗi!

Hằng ngày đi làm về, tôi tất bật đi chợ nấu cơm, rửa bát, giặt giũ, lau chùi nhà cửa bởi tôi đang tập làm vợ. Mà những công việc nội trợ vợ không làm thì ai làm? Anh không có lỗi!

Khi anh tìm được công việc làm giám sát thi công cầu đường ở Trảng Bom, cách Sài Gòn sáu mươi kilômét, công ty bao anh ăn ngủ tại công trình, anh về thăm tôi vào dịp cuối tuần, mang theo một đống quần áo bẩn cho tôi giặt. Tôi vui vẻ giặt đồ cho anh bởi đó là việc của một người vợ. Anh không có lỗi!

Mỗi lần anh đến rồi đi, tôi lại đưa cho anh năm mươi nghìn đồng, bởi tôi lo anh đi đường nhỡ xe cộ hỏng hóc còn có tiền sửa chữa, và cả tiền trà, thuốc lá nữa. Hoàn toàn do tôi tự nguyện. Anh không có lỗi!

Mỗi lần anh đến, chúng tôi lại làm tình, bất kể khi đó tôi ốm đau hay mệt mỏi, bởi đó là sinh hoạt vợ chồng. Anh không có lỗi!

Tôi nghĩ tôi đã làm tròn nhiệm vụ của một người vợ, nhưng sao có cái gì đó như đang chết trong lòng? Anh không có lỗi cơ mà! Nhưng tôi cũng không biết lỗi tại ai. Chỉ biết rằng tôi hoàn toàn cô đơn trong mối quan hệ này. Mọi việc chỉ mình tôi cố gắng. Xây dựng mái ấm cũng chỉ một mình tôi. Anh không làm gì cả, không chia sẻ gánh nặng vật chất hay tinh thần. Anh cũng không cần biết tôi vui hay tôi buồn. Việc duy nhất anh làm là nói: "Anh yêu em!"

Không biết từ lúc nào tôi trở nên vô cảm khi nghe anh nói ba từ ấy. Tôi càng hoang mang khi mẹ anh gọi điện hỏi ý tôi về việc bà sang nói chuyện với mẹ tôi để làm đám cưới cho hai đứa.

Ba tháng thôi, chúng tôi đã có ba tháng sống chung như thế, đủ để biết cuộc hôn nhân của chúng tôi sẽ như thế nào. Tôi hoảng sợ như nhìn thấy địa ngục trước mắt. Không!

Tôi không thể lấy người này làm chồng được. Tôi không thể chôn vùi cuộc đời tôi trong tấn bi kịch chỉ mới bắt đầu được ba tháng.

Cho dù tôi đã yêu anh năm năm vô điều kiện.

Cho dù tôi đã hy sinh nhiều thứ vì anh.

Cho dù tôi có bị miệng lưỡi thiên hạ phỉ nhổ vì phụ bạc anh khi anh đã nghe theo tiếng gọi tình yêu mà vào Sài Gòn với tôi.

Cho dù tôi bị người đời đánh giá là "mất trinh" vì đã chung sống với anh như vợ chồng.

Cho dù tôi có bị ế chồng vì không ai lấy một người "lăng loàn" như tôi, vì đã ngủ với anh.

Bất chấp tất cả - Tôi phải từ bỏ anh!

Mười một năm sau, tôi mỉm cười hài lòng với hạnh phúc gia đình mà tôi đang có. Tôi phải cảm ơn ba tháng "sống thử" khó khăn nhất của đời tôi đã dạy tôi một bài học vô cùng quý giá, giúp tôi nhận ra giá trị đích thực của hôn nhân và tìm được người chồng mà tôi có thể tin yêu và gắn bó cả đời.

Tôi biết rằng có rất nhiều đôi yêu nhau như tôi và anh, nhưng họ không có cơ hội "sống thử" như tôi và đều tiến tới hôn nhân.

Mười một năm sau, những cặp vợ chồng là bạn bè cùng thời với tôi đều tan vỡ, có người làm mẹ đơn thân, có người đã lấy chồng lần hai và có người thậm chí đã ly dị hai lần.

Nếu như mối quan hệ của tôi tan vỡ sau ba tháng sống thử thì mối quan hệ của họ bền lâu hơn, ba năm, năm năm hoặc bảy năm, nhưng sự tan vỡ khi đó nặng nề và nghiêm trọng hơn rất nhiều, bởi đó là một cuộc ly hôn, là phân chia tài sản, là trách nhiệm với con cái. Sự tổn thất về tinh thần lớn hơn rất nhiều, không chỉ cho hai người mà còn thiệt thòi cho con cái họ nữa. Một vài tháng sống thử không là gì so với bảy mươi năm cuộc đời.

Hãy nhìn cuộc đời bảy mươi năm như một bức tranh toàn cảnh. Đừng vì sợ dị nghị, điều tiếng của hàng xóm láng giềng mà làm mất đi cơ hội của bản thân. Một vài tháng "sống thử" không là gì so với thời gian một đời người, nhưng nó có thể làm thay đổi cả một đời người.

GVA 19/12/2012

Phong cách sống

Vừa qua tôi sang Pháp vài ngày, gặp gỡ nhóm bạn Canada tôi quen hồi còn là sinh viên ở Úc. Chuyến đi này đã có thể là một chương trong cuốn *Hồi ký Tâm Phan* vì nó khiến tôi suy nghĩ nhiều về lối sống của thanh niên Việt Nam so với thanh niên phương Tây. Dĩ nhiên không có lối sống nào là tốt hoàn toàn, cái gì cũng có mặt trái của nó nhưng tôi chỉ muốn đưa ra những cái tốt để mình học hỏi.

Nhóm bạn này cùng học chung trường phổ thông trung học, họ thân thiết, gắn bó với nhau sau gần mười năm, dù mỗi đứa ở một nước khác nhau. Chúng đều ở tuổi hai mươi mốt đến hai mươi tư, sinh ra ở Quebec, Canada - nơi tiếng Anh và tiếng Pháp đều là tiếng mẹ đẻ, đứa nào cũng nói hai thứ tiếng như nhau. Chúng có thể đi hầu hết các nước trên thế giới với hộ chiếu Canada mà không cần visa, có thể làm việc ở các nước nói tiếng Anh hay tiếng Pháp mà không cần phải học tiếng địa phương, và sự hòa nhập cuộc sống luôn đạt ở mức cao nhất so với công dân các nước khác. Có thể gọi chúng là "công dân của thế giới".

Người Việt mình có câu: "Đi một ngày đàng học một sàng khôn", nhưng rất ít người thực hiện câu nói này. Đến tuổi mười tám, thanh niên phương Tây phải tự lập rồi, muốn có tiền chơi bời thì phải ra đời mà cày, không có tiền mua xe thì vay bố mẹ, trả góp hằng tháng. Như hội bạn tôi tốt nghiệp đại học, chúng dành dụm tiền đi làm thêm hồi sinh viên, mua vé máy bay sang Pháp, năm đứa thuê chung một căn hộ ở khu trượt tuyết nổi tiếng thế giới, rồi xin việc làm ở đây, đứa thì làm ở siêu thị, đứa làm bar, bồi bàn, đứa làm việc cho ski store (cửa hàng cho thuê đồ trượt tuyết)... thời gian còn lại thì đi trượt tuyết - môn thể thao mà chúng đều đam mê, rồi chơi bời, tiệc tùng, nhảy nhót.

Đối với tôi, cuộc sống đó mới đúng là tuổi trẻ, phong phú và thú vị. Chúng có thể làm những gì chúng thích, không ràng buộc bởi bất kỳ quy định hay lề thói nào ngoài lương tâm. Chúng tự học được cách sống có trách nhiệm với bản thân. Nếu không đi làm thì không có tiền thuê nhà, không có tiền ăn. Còn nếu muốn có tiền để chơi bời nhiều hơn thì phải làm việc cật lực hơn, có thể là làm hai nơi cùng lúc. Nếu sa vào nghiện ngập, hút hít thì sẽ chẳng làm được việc gì, có thể bị đuổi việc, không chơi thể thao được. Nói chung, chúng luôn biết dùng cái đầu tỉnh táo để suy nghĩ, chứ không phải nhắm mắt làm bừa.

Ở Việt Nam, tôi thấy có hai bộ phận thanh niên được phân chia rõ rệt: hoặc chơi bời mà ngu dốt, hoặc tỉnh táo thì không chơi bời, chứ không có kiểu chơi bời mà lại có đầu óc như thanh niên phương Tây.

Có một điều mà nhiều thanh niên Việt Nam hiểu sai và làm theo cái sai, đó là: cuộc sống phương Tây thật thác loạn, muốn chơi bời sành điệu phải thác loạn như thế.

Sai hoàn toàn!!!

Chúng chơi cho tuổi trẻ thật ý nghĩa và vui, nghĩa là thả phanh nhưng bao giờ cũng có cái đầu điều khiển theo đạo đức lương tâm. Cái này có lẽ thanh niên Việt Nam phải nhiều năm sau mới học được.

Bọn Tây có thể ngủ với nhau ngay lần gặp đầu tiên nhưng đó hoàn toàn chỉ là sex, là sự tự nguyện trao đổi, tôi sướng - anh sướng, không ai phải mất tiền, chấm hết. Chả tình cảm, chả bạn bè gì, thậm chí chả cần biết tên.

Việc này có lẽ vi phạm đạo đức theo quan điểm của người Việt nhưng với phương Tây nó chỉ là vấn đề sinh lý bình thường, ai cũng cần sex, vậy thì thay vì bỏ tiền mua gái điếm/trai điếm, sao chúng ta không trao đổi sex giữa những người có kiến thức với nhau? Như thế lành mạnh hơn nhiều, và dĩ nhiên bao cao su là một trăm phần trăm.

Trong khi đạo đức Việt Nam không chấp nhận việc ngủ với người lạ, cho đó là "thác loạn" thì có người lại coi việc đi nhà thổ, bỏ tiền mua dâm là bình thường và phổ biến? Tôi thật không hiểu!

Trên đây tôi chỉ nói đến những người độc thân thôi nhé, còn đối với những người đã có người yêu hay có chồng/vợ thì lại là vấn đề đạo đức khác.

Có lần, anh bạn đẹp trai người Thụy Điển của tôi tâm sự việc hắn bị cưỡng hiếp trong lúc say xỉn. Vấn đề là lúc ấy hắn đang có người yêu ở Na Uy. Hắn cảm thấy tội lỗi vô cùng vì đã không chung thủy với người yêu. Hắn dằn vặt bản thân vì đã để xảy ra chuyện quan hệ tình dục với người con gái khác mà hắn không yêu. Hắn cứ thổn thức mãi rằng, chỉ cần nghĩ đến việc người yêu hắn cũng làm thế thì hắn chết mất. Tôi đã phải an ủi hắn rất nhiều sau vụ đó. Phải nói thêm rằng, trước khi có người yêu, mỗi tối hắn ngủ với một đứa con gái. Thế mới thấy cái chuẩn mực đạo đức của phương Tây rất cao: Khi độc thân, chúng có thể ngủ với ai tùy thích, không ràng buộc tình cảm, chỉ cần có trách nhiệm với bản thân. Khi có người yêu, chung thủy lại là yếu tố hàng đầu, trong khi bạn bè vẫn vui chơi thoải mái.

Còn giữa bạn bè với nhau thì không bao giờ có chuyện sex. Tình bạn là thiêng liêng và không ai muốn làm vẩn đục tình bạn bằng chuyện tán tỉnh nhau hay yêu nhau. Thời gian vừa rồi, tôi sống với tụi bạn Canada ở Pháp, bốn trai ba gái chung một nhà, mỗi đứa một giường đơn rất thoải mái. Bọn con trai vẫn tự nhiên cởi quần, thay đồ trước mặt bọn con gái, chả vấn đề gì, chả có gì là gợi dục ở đây, toàn bạn bè chơi với nhau hơn chục năm nay. Rồi một thằng ngồi buôn chuyện với đám con gái về việc hắn đã làm thế nào khiến người yêu hắn được thăng hoa khi quan hệ. Tức là khi chúng tôi đã là bạn bè thì không có sự khác biệt giới tính, có thể nói chuyện trên trời dưới bể. Tuy nhiên, những chuyện này lại không thể nói với người yêu được.

Hồi ở Úc, trong nhóm bạn của tôi có hai đứa chơi rất thân với nhau, chúng nó tâm đầu ý hợp về mọi mặt, nhưng rồi một ngày đứa con gái cảm thấy rằng nó yêu cậu bạn thân đó, mỗi khi hơi ngà ngà là nó lại có biểu hiện đong đưa tán tỉnh anh bạn. Nhiều người hỏi sao hai người không yêu nhau đi thì cậu kia nói: vì tình bạn đẹp quá, nếu hắn yêu cô bạn thân thì hắn sẽ mất đi tình bạn mà có lẽ không bao giờ có được với một người nào khác.

Có lẽ bạn sẽ cảm thấy khó hiểu về điều này nên tôi sẽ giải thích:

Tình yêu bao gồm sex, sự ích kỷ, sự sở hữu (người ấy thuộc về mình), sự giận dỗi, mong muốn được đáp lại mỗi khi cho đi tình cảm.

Tình bạn không bao gồm những điều trên đây mà là sự bình đẳng, sự đồng cảm, thấu hiểu, tôn trọng sự riêng tư của nhau.

Chính vì vậy để có được một người bạn tâm đầu ý hợp là điều khó vô cùng. Khi đã có được một người bạn tuyệt vời như thế thì bạn sẽ không bao giờ muốn nó mất đi hay giết chết tình bạn bằng tình yêu.

GVA 5/3/2008

Muốn làm người khác hạnh phúc, ta phải làm cho bản thân mình hạnh phúc trước

Khi còn là sinh viên, tôi mơ mộng nhiều lắm, tôi có một người bạn trai tuyệt vời, anh ấy hết mực yêu thương, chiều chuộng tôi và tôi cũng yêu anh ấy. Suốt bốn năm đại học, tôi tự hào vì có một tình yêu đẹp và tôi luôn nghĩ rằng anh ấy sẽ là chồng tôi và là cha của các con tôi sau này. Tôi tâm niệm cuộc sống của tôi là phải có anh, vì anh và cho anh.

Năm thứ hai đại học, tôi đã vượt qua hàng trăm thí sinh, giành được học bổng toàn phần cho khóa học cử nhân Marketing ở Úc. Tôi đã vô cùng sung sướng và hãnh diện nhưng khi đối diện với sự thật rằng tôi sẽ phải xa anh và có thể mất anh, tôi lại lưỡng lự với quyết định đi Úc. Tôi nghĩ tôi đã yêu anh và tôi sẽ không thể yêu ai khác. Được học bổng của Úc, giấc mơ du học của tôi đã nằm trong tầm tay, tôi sẽ được mở rộng tầm mắt ra thế giới, nhưng tôi sẽ không có anh bên cạnh. Tôi nghĩ giá trị của tôi nằm ở anh chứ không phải là học bổng, và tôi có nghĩa vụ phải làm cho anh hạnh phúc. Cuối cùng tôi đã từ chối học bổng để được ở bên anh.

Một năm sau, tôi lại trúng học bổng toàn phần khóa học Quản trị Kinh doanh ở Mỹ. Tôi không hiểu sao tôi cứ đeo đuổi giấc mơ du học và giấc mơ đó cứ liên tiếp đậu vào tay tôi. Nhưng khi thực tế bắt tôi phải lựa chọn giữa anh và giấc mơ cho riêng mình thì tôi lại về bên anh. Tôi nghĩ tôi thật ích kỷ nếu tôi đeo đuổi giấc mơ của mình mà bỏ anh. Tôi đã luôn tâm niệm tôi sẽ làm vợ anh và tôi sẵn sàng làm bất cứ điều gì anh muốn để anh được vui lòng.

Anh sinh ra trong một gia đình trí thức, cha mẹ và chị gái anh đều là giảng viên đại học. Mặc dù anh không định nối nghiệp cha mẹ nhưng anh hy vọng tôi cũng sẽ làm nghề giáo viên. Tôi - một cô gái nhiều ước mơ hoài bão, tôi muốn làm đạo diễn điện ảnh, tôi muốn làm giám đốc một công ty của riêng tôi, tôi muốn làm việc gì đó thật lớn, thật sôi động và đầy quyền lực.

Kỳ diệu thay, tình yêu của anh đã biến tôi thành một người con gái hoàn toàn khác. Dẹp bỏ những ước mơ, tham vọng đó, tôi đi dạy tiếng Anh, tôi học lấy chứng chỉ *Giáo học pháp*[1.] để sau này có thể làm cô giáo. Tôi như một con hổ con được nuôi trong nhà và được huấn luyện để trở thành một con mèo vậy. Với tình yêu của mình, anh đã thành công trong việc thuần hóa tôi, và tôi cũng đã rất nỗ lực để trở thành một con mèo như anh mong muốn.

Cho đến khi tôi tốt nghiệp ra trường, đối diện với sự lựa chọn nghề nghiệp nghiêm túc thì trái tim của một con hổ đã mách bảo tôi rằng nơi chốn của tôi phải là rừng già, chứ không phải giữa bốn bức tường như một vật nuôi trong nhà. Tôi đã quyết định bỏ lại anh ở Hà Nội, một thân một mình với hai bàn tay trắng vào Sài Gòn lập nghiệp. Một năm sau, tôi

---

1. Môn học nghiên cứu phương pháp giảng dạy từng bộ môn.

trở thành chuyên gia phân tích thị trường cho một hãng tin kinh tế của Anh với mức lương một nghìn đô la Mỹ một tháng (năm 2002) và hạnh phúc với một người đàn ông khác.

Người này yêu tôi vì tôi là một "con hổ" chứ không phải vì anh hy vọng có thể huấn luyện tôi thành một "con mèo" như người trước. Anh nói với tôi rằng: "Chừng nào em còn hạnh phúc được là chính mình thì chừng đó anh còn yêu em."

Người đàn ông đó giờ là chồng tôi và là cha của con gái tôi.

Với người yêu thời sinh viên, tôi đã hoàn toàn quên mất bản thân mình mà chỉ lo làm sao cho anh được hài lòng, được hạnh phúc. Nhưng khi bản thân tôi không hạnh phúc thì sớm muộn gì cũng dẫn đến tan vỡ. Đó là điều tất yếu!

Sau bài học cuộc đời đó, tôi đã rút ra một câu nói cho riêng mình: "Muốn làm người khác hạnh phúc, ta phải làm cho bản thân mình hạnh phúc trước."

Bài viết được đăng trên tạp chí
Cosmopolitan số tháng 12/2011

Bạn đời

Tôi yêu nhiều, yêu đi yêu lại, yêu tái yêu hồi... chỉ với một mục đích "tìm bạn đời". Nhưng rốt cuộc, vẫn chưa hiểu hết về khái niệm "bạn đời".

Từ năm mười bảy đến hai mươi lăm tuổi, yêu và thích... nếu xòe cả hai bàn tay thì cũng không đủ để đếm. Giơ cả hai bàn chân lên... vẫn chưa đủ. Nhưng bước sang tuổi hai mươi lăm, bắt đầu thận trọng hơn với chính mình, nghiêm túc hơn với khái niệm yêu và quên dần câu cửa miệng "giai nhiều như cỏ dại".

Năm năm - hai mối tình dài. Hai kỷ niệm khó quên và kết thúc - thất bại.

Tôi là kẻ vô cùng nghiêm khắc với bản thân.

Tôi rạch ròi, sòng phẳng với lương tâm, nhưng lại rất chiều chuộng tâm hồn, vuốt nhẹ lên

35

những cơn đau, dịu dàng lắng nghe những cơn sóng ngầm trong lòng.

Mẹ tôi bảo: "Đàn bà rồi ai cũng có chồng và con, ai cũng muốn có một bến đỗ."

Chị tôi bảo: "Đi đâu cũng thích về nhà, vì ở khách sạn nhiều sao cũng không thích bằng nằm dài ở phòng khách của mình."

Một bạn gái bảo: "Ôi, lấy chồng đi và khi có con thì con là nhất. Chỉ sống vì con."

Đứa khác nói: "Mày thế thì cả đời mày chẳng có hạnh phúc đâu. Ai rồi cũng thế thôi, thằng nào cũng có cái dớp..."

Đến giờ, số phận và tôi chơi đùa với nhau, không có sự lựa chọn cả hai cùng thắng, mà chỉ có option duy nhất: cả hai cùng thua. Mặc dù tôi là người nắm bắt quy luật trò chơi khá tốt và nghiêm chỉnh chấp hành.

Thực tế quanh tôi cho thấy một điều đáng buồn là có đến chín mươi phần trăm không hài lòng với hạnh phúc lứa đôi. Nhưng mỗi người có đủ lý do để kéo dài mối quan hệ vợ chồng.

Tôi không biết bạn thuộc nhóm nào dưới đây:

Nhóm cổ điển: *sống bảo thủ, luôn thích sự chắc chắn, ngại ngùng trước những điều mới, thích cuộc sống đơn giản, êm ấm, đương nhiên người bạn đời của họ sẽ là người đàn ông gia trưởng, thích trong nhà mọi thứ đều phải trật tự, nề nếp. Và chỉ có người đàn bà kiểu này mới đáp ứng được lệnh của đấng ông chồng.*

Họ thường đặt cái "chúng ta" trên cái "tôi" và thường QUÊN mất mình muốn gì.

Nhóm cổ điển pha hiện đại: *là người thích làm việc, nhưng vừa phải. Phần lớn thời gian dành cho chồng con. Có nhu cầu của riêng mình, nhưng gia đình vẫn là ưu tiên số một.*

Bên họ, người đàn ông thấy yên ổn, bình thản.

Nhóm hiện đại: *thuộc loại mê công việc, thích tìm hiểu bản thân và thích những thử thách mới. Đàn bà ở nhóm này thường tự tin và đôi lúc sự tự tin thái quá làm đàn ông (thuộc típ của phụ nữ hai nhóm trên) ngại ngùng.*

Thường đàn ông rất thích quen phụ nữ thuộc típ này, vì họ luôn có niềm tin, luôn có những điều mới mẻ. Đàn ông thích họ, nhưng chịu đựng được hay không, lại là chuyện khác.

Tôi là ai trong số họ? Có lẽ là cân bằng giữa nhóm hai và ba.

Biết rõ điểm yếu của mình, nhưng để thay đổi là điều khó vô cùng.

Mỗi đứa trẻ được sinh ra, những tính cách của nó cũng ra đời. Tôi không thể quyết định mình sống thuộc típ cổ điển, như mẹ tôi, để tôi có cái hạnh phúc giản đơn.

Tôi cố gắng hiểu người đàn ông của mình, cố sống chung với những cái vô cùng khó chịu mà ai cũng có. Nhưng người đàn ông của tôi lại chưa học cách để chung sống cùng tôi.

Qua rồi cái thuở cảm thấy thích thú khi đàn ông phát điên về mình. Những cuộc rượt đuổi bằng ô tô trên đường, những lần chờ đợi đêm hôm, những giọt nước mắt, những lần quỳ gối... Giờ nghĩ lại, thấy đó cũng là tình yêu, nhưng... là tình yêu mù quáng.

Tôi không còn ghen tuông điên cuồng như trước. Biết nén lòng khi nhìn thấy người đàn ông của mình rung động trước người đẹp khác.

Tôi tập thói quen để người đàn ông của mình có tự do. Vì tôi đã từng bức bách khi bị kiểm soát từng email, từng tin nhắn...

Có điều nghịch lý: tôi tin vào tôi, nhưng người đàn ông tôi yêu lại ít tin vào mình.

Đàn ông nói với tôi rất nhiều câu: "Anh yêu em..." nhưng giống như với một cô em.

Tôi nói: "Ngoài câu anh yêu em, anh làm được gì cho cái tình yêu ấy?"

Đàn ông thường để cái TÔI, sự ÍCH KỶ của mình giết chết những ngày nắng đẹp. Nếu tôi bảo: "Hãy sống như ngày mai không còn. Hãy cho đi, như mình là tỉ phú tình yêu... Và đừng bao giờ đặt câu hỏi TẠI SAO?"

Họ sợ khi nghe tôi nói như vậy. Họ nghĩ rằng tôi là người thích sống ngắn và sẵn sàng vuột khỏi tôi bất cứ lúc nào.

Cuộc sống hiện đại nuông chiều con người thái quá và cái sự lười biếng của đàn ông ngày càng phát triển. Tôi khó giải thích được tại sao có người hằng ngày mải mê chơi điện tử, có người lại ngủ nướng đến mười một giờ?

Tôi chỉ muốn hét lên với họ, với mình rằng: "Cuộc đời ngắn lắm, bừng tỉnh đi!"

Không ai thích nghe tôi nói. Họ bảo, tôi quá quắt, tôi chỉ biết đòi hỏi. Tôi quá nghiêm khắc, tôi...

Thế thì thôi nhé, mình chia tay.

Họ cuống cuồng. Họ vội vã nói lời yêu. Họ khóc, họ luống cuống... Khổ nhỉ!

Tình yêu, đúng là trò cút bắt.

Chỉ cần một cái gật đầu, có ngay một ông chồng. Lắc đầu, đồng nghĩa với việc rước thêm một cái "KHÔNG" về mình: không nhà, không nghề, không chồng...

Tôi nhớ, một người từng yêu tôi đã nói với tôi câu này: "Hãy coi vợ/chồng mình là một người khách quý. Đã là khách quý, mình sẽ đem tất cả những cái mà mình có ra đãi khách. Chỉ lúc ấy, hai người mới có thể sống với nhau lâu dài."

Không biết ai trong các bạn đã làm được điều ấy?

(Trích bài của Đỗ Thanh Hương)

Tôi có thể khẳng định câu nói này luôn luôn đúng.

Hiện tại, vợ chồng tôi sống rất hạnh phúc và nghiệm ra chúng tôi đã cư xử tôn trọng và yêu thương nhau như "khách quý".

"Khách quý" không phải là dùng những lời sáo rỗng như: "Ôi cái áo anh đang mặc đẹp quá!" Trong khi chính tay mình mua cái áo đấy. Nó thật sự rất giả tạo. "Khách quý" ở đây là những lời lẽ bình dị hằng ngày mà ta quên rằng ta phải nói theo phép lịch sự tối thiểu, từ những chi tiết rất nhỏ như: "Cảm ơn anh đã nấu bữa tối.", "Cảm ơn anh đã đi chợ trong khi em bận họp", v.v...

Tôi học những điều này không phải từ sách vở mà từ cuộc sống. Tôi đã có một thời gian sống với bố mẹ chồng và chứng kiến hai ông bà sống hạnh phúc như thế nào. Đó là cả một nghệ thuật. Hai ông bà yêu nhau đã bốn mươi lăm năm, hiện nay đều đã ở tuổi sáu mươi tám, bảy mươi, nhưng bạn có tin là suốt bốn mươi lăm năm nay, thứ Bảy tuần nào ông cũng đưa bà đi ăn tối, một bữa tối lãng mạn mà bà luôn mong đợi, mặc bộ váy áo đẹp nhất, trang điểm đẹp như cho một cuộc hẹn hò. Ông cũng ăn mặc lịch lãm, đặt chỗ tại một nhà hàng Ý và luôn mang theo một chai rượu vang. Xin nhắc lại, thứ Bảy hằng tuần trong suốt bốn mươi lăm năm nay. Hằng ngày, bà đi chợ, nấu cơm, giặt ủi quần áo cho ông đi làm. Sau bữa ăn, ông luôn nói: "Thank you love. It's delicious!" (Cảm ơn tình yêu. Bữa ăn ngon lắm!) Tôi chắc chắn rằng trong suốt bốn mươi lăm năm ấy, bà chưa bao giờ chán nghe một lời cảm ơn từ ông. Chưa bao giờ tôi thấy hai ông bà "lời qua tiếng lại". Riêng điều này chồng tôi (con trai họ) phải công nhận: "Suốt đời anh chưa bao giờ thấy cha mẹ cãi nhau, họ luôn sống hạnh phúc như vậy, luôn hẹn hò vào tối thứ Bảy (có hoặc không có con cái)." Con trai cả của họ giờ đã bốn mươi lăm tuổi.

Vợ chồng tôi không phải tự nhiên mà có được hạnh phúc như ngày hôm nay. Chúng tôi đã trải qua bảy năm trời học cách sống với nhau và đã có nhiều đổ vỡ. Tôi phải cảm ơn thời gian sống với hai cụ đã dạy tôi rất nhiều trong cách cư xử với chồng tôi và cũng là con trai của họ. Nhờ đó mà tôi mới có được hạnh phúc của ngày hôm nay. Nên nhớ, cuộc sống vợ chồng là cả một nghệ thuật mà hai người cùng phải vun đắp. Nó không phải tự nhiên cứ hai người hợp tính nhau mà thành.

Chúc bạn sớm tìm được hạnh phúc!

Tâm Phan 30/9/2008

Sex trong hôn nhân

Hôn nhân là khởi đầu cho một hạnh phúc lâu dài giữa hai người. Tuy nhiên, tình dục lại là một vấn đề cốt lõi để gìn giữ cuộc hôn nhân. Một cuộc hôn nhân mà thiếu tình dục thì sớm muộn gì cũng dẫn đến tan vỡ. Ngược lại, đời sống tình dục tốt sẽ giúp cho cuộc hôn nhân thêm hạnh phúc và bền lâu.

Khi hai người còn đang hò hẹn yêu đương, họ phải tranh thủ mọi lúc, mọi nơi để được gặp nhau, được "yêu" nhau. Những cuộc hẹn hò như vậy khiến họ cảm thấy đặc biệt và háo hức mong chờ những cuộc hẹn sau. Khi cưới nhau rồi, sống chung một nhà, đi đâu về nhà là gặp nhau, sex lúc nào cũng được, không phải hẹn hò hay tranh thủ, cảm giác háo hức cũng mất dần vì sex không còn là điều gì đặc biệt nữa. Một khi sex trở nên dễ dàng tiếp cận như mở tủ lạnh lấy đồ ăn thì việc coi thường sex là điều khó tránh khỏi.

Khi hôn nhân bắt đầu, sex có thể là mỗi ngày một lần, nhưng dần dần chuyển thành mỗi tuần một lần, rồi mỗi tháng một lần. Cho đến khi bạn phát hiện ra chồng/vợ mình ngoại tình thì đã quá muộn. Bạn đã quá coi thường sex trong hôn nhân và để nó trôi vào tay kẻ khác.

Chỉ cần một trong hai người không còn ham muốn tình dục, dấu hiệu hạnh phúc của một cuộc hôn nhân sẽ bắt đầu giảm dần. Nhiều người vẫn còn thờ ơ với đời sống tình dục trong hôn nhân và cho rằng điều đó là bình thường, là tất yếu, khó tránh khỏi. Họ đổ tại stress công việc, con cái, việc nhà mệt nhọc, khiến họ không còn tâm trí cho sex. Tất cả chỉ là ngụy biện, bởi khi còn yêu đương hò hẹn, khi sex vẫn còn là một điều đặc biệt thì họ tìm đến sex như một giải pháp cứu vãn họ khỏi bị stress trong công việc và lấy lại cân bằng trong cuộc sống.

Nguyên nhân của việc thờ ơ với sex trong hôn nhân nằm ở những yếu tố sau:

1. Nhàm chán, ngày nào cũng như ngày nào, sex trở thành một việc làm như nghĩa vụ vậy. Thử tưởng tượng ngày nào tới giờ đó ta cũng phải ăn một món đó, vẫn công thức nấu đó, không có gì mới mẻ thì cho dù món đó ngon cỡ nào cũng trở nên chán ngắt.

Hướng giải quyết: Hãy tạo sự tươi mới trong đời sống tình dục bằng cách thay đổi giờ giấc, địa điểm làm tình. Trước đây nếu bạn cứ phải chờ cho các con đi ngủ, khi bạn đã mệt rũ ra rồi thì sex sẽ không còn làm bạn hào hứng nữa. Như vậy, sex sẽ trở nên vô cùng nhạt nhẽo. Hãy hẹn hò chồng/vợ về nhà khi các con đang đi học. Thay vì làm tình trong phòng ngủ, hãy làm trong phòng khách hay trên bàn ăn. Hãy làm đời sống tình dục của mình thêm phong phú và đó cũng là bí quyết để giữ lửa cho hôn nhân của bạn.

2. Sex chỉ thỏa mãn một trong hai người mà phổ biến nhất là người chồng vì nam giới dễ đạt cực khoái hơn nữ giới. Phụ nữ cần nhiều thời gian và yếu tố tâm lý, môi trường thuận lợi để đạt cực khoái. Tuy nhiên, nhiều ông chồng làm tình chỉ để thỏa mãn bản thân rồi lăn ra ngủ, để mặc vợ phải ấm ức vì "vừa mới có hứng đã mất hứng". Nếu các ông chồng thử đặt mình vào vị trí của người vợ, tưởng tượng ngày nào cũng như ngày nào, phải nằm ra phục vụ tình dục cho người kia thỏa mãn mà mình không được chút khoái cảm nào, họ sẽ thấy thật bất công cho những người vợ.

Hướng giải quyết: Hãy bớt ích kỷ, quan tâm đến vợ, tìm hiểu các kỹ năng làm tình khiến vợ thỏa mãn tình dục. Việc chiều chuộng vợ trên giường không chỉ khiến "việc chăn gối thêm mặn nồng" mà còn khiến người vợ ham muốn hơn nữa. Một khi cô ấy được thỏa mãn thì lần sau bạn sẽ không phải năn nỉ mà chính cô ấy sẽ là người chủ động muốn làm tình với bạn.

3. Quá mệt mỏi vì công việc ngập đầu. Nếu chồng hoặc vợ luôn bù đầu với công việc, sau giờ làm phải đi chợ, đón con, nấu nướng, dọn dẹp nhà cửa, đến lúc "hành sự" thì không còn năng lượng để "chiến đấu" hoặc tệ hơn nữa là "ngáy khò khò".

Hướng giải quyết: Hãy cùng chia sẻ gánh vác công việc nhà cùng chồng/vợ. Nếu cô ấy đi chợ, hãy giành việc đón con. Nếu cô ấy nấu cơm, hãy giành việc rửa bát. Việc làm đó không những khiến cô ấy xúc động, thêm yêu chồng mà nó còn thể hiện sự gắn bó, chia sẻ trách nhiệm chồng vợ. Hơn thế, đời sống tình dục của vợ chồng càng thêm mặn nồng khi cô ấy tràn đầy năng lượng và nhiệt huyết để "mây mưa".

4. Vấn đề sinh lý. Vợ hoặc chồng có vấn đề sinh lý như âm đạo của vợ luôn khô ráo, không có chất nhờn, giao hợp đau; người chồng yếu sinh lý, xuất tinh sớm hoặc dương vật không cương cứng, không thể thực hiện việc giao hợp.

Hướng giải quyết: Hãy đi khám bác sĩ và điều trị đúng bệnh. Một khi những triệu chứng trên được hóa giải, đời sống tình dục của bạn sẽ được cải thiện rất nhiều.

5. Vấn đề tâm lý. Nếu một trong hai người quá khô khan, kém lãng mạn, yêu nhưng không thể hiện bằng hành động thì người kia sẽ cảm thấy khó gần và khi lên giường, sex sẽ không có lửa. Khi đó sex sẽ trở thành một nghĩa vụ phải làm và khiến người kia lảng tránh.

Hướng giải quyết: Hãy thẳng thắn nói chuyện với nhau. Hãy nhẹ nhàng, tình cảm và chân thành nói lên những gì bạn nghĩ và thổ lộ mong ước. Nếu bạn muốn chồng/vợ quan tâm đến mình hơn, lãng mạn hơn, hãy nói ra bởi người ta không thể đọc được ý nghĩ của bạn. Nếu người ta đọc được thì mọi chuyện đã khác.

Trên đây là một số tình huống cụ thể tôi đưa ra nhưng chắc chắn nó không thể bao hàm hết mọi ngõ ngách của vấn đề vì cuộc sống hôn nhân có muôn màu, muôn vẻ.

Điều quan trọng nhất là: Hãy biết trân trọng giá trị của đời sống tình dục trong hôn nhân. Nó chính là ngọn lửa giữ cho cuộc hôn nhân ấm nồng và bền chặt.

GVA 17/12/2012

Tình bạn khác giới

Tôi có nhiều bạn là con trai, số bạn trai của tôi tương đương với số bạn gái. Đối với tôi, bạn bè không phân biệt giới tính, không phân biệt màu da. Ngay từ hồi còn sinh viên, dù đã có người yêu (người Việt Nam) nhưng tôi vẫn chơi thân với nhiều bạn trai, cả Tây lẫn ta. Trong số bạn nước ngoài, tôi chơi tương đối thân với H là người Đức, cũng là sinh viên sang Việt Nam thực tập cho một viện nghiên cứu của Đức, nơi tôi làm phiên dịch thời vụ. Vì H chỉ thực tập ở Việt Nam ba tháng nên thời gian chúng tôi chuyện trò, cà phê cà pháo với nhau không được bao lâu. Tuy nhiên, khi H về nước, chúng tôi vẫn thỉnh thoảng email thăm hỏi, thông báo khi có những sự kiện lớn xảy ra như H lấy vợ, sinh đứa con đầu lòng, tôi có người yêu mới, rời đi nước khác sinh sống, v.v...

Mười năm sau, tháng Chín năm 2011, tôi mới có dịp sang Berlin thăm H. Chuyến đi vô cùng thú vị vì lúc đó tôi đang sống ở Thụy Sĩ, đã có con gái hai tuổi. Hai mẹ con tôi sang Đức thăm gia đình H. H tiếp đón mẹ con tôi như khách quý, bố trí cho chúng tôi một phòng ngủ riêng trong căn hộ của họ. Con gái H đã năm tuổi và rất thích chơi với con gái tôi. Sáng dậy, trong lúc vợ H chuẩn bị bữa sáng, chúng tôi bật những bài hát rock ưa thích thuở sinh viên và cùng nhảy với các con, dạy chúng làm điệu bộ gảy guitar y như hồi xưa chúng tôi vẫn làm. Tiếng cười của con trẻ hòa lẫn tiếng cười của chúng tôi khiến những giây phút như vậy trở nên quý giá vô cùng. Rồi khi H đi làm, tôi và vợ H cùng dạy các con làm bánh, ra vườn hái táo và tới sở thú. Chiều về, tôi và H cùng tắm cho các con, cùng dạy chúng hát. Khi ấy tôi quay qua H và nói: "Mười năm trước ở Hà Nội, ai có thể tưởng tượng ra cảnh hai đứa mình chăm con thế này nhỉ? Mười năm trước hai đứa chỉ có nhậu nhẹt và karaoke. Cuộc sống quả là nhiều bất ngờ thú vị!"

H vẫn vậy, cả về ngoại hình lẫn tính cách, như hắn chưa bao giờ già đi một ngày nào. Bản tính hắn luôn hồn nhiên, yêu đời và hài hước. Giờ đây tôi còn thấy ở hắn tinh thần trách nhiệm của một người chồng và sự chín chắn, điềm tĩnh của một người cha trong việc giáo dục con cái. Tôi thầm tự hào vì có một người bạn như hắn và tôi biết tình bạn của chúng tôi là vĩnh cửu. Mặc dù tôi chơi với cả bạn trai Tây và ta nhưng khi chơi với bạn trai Tây, tôi vẫn cảm thấy vô tư hơn, được tôn trọng hơn, ít rủi ro "từ tình bạn đến tình yêu" hơn. Có lẽ vì tôi đã có một kỷ niệm không vui về tình bạn giữa tôi và T. Tôi quen T từ khi tôi còn "con nít" mười bảy tuổi. Khi đó tôi chưa biết yêu là gì, vẫn vô tư như trẻ ranh. T đối xử với tôi cũng như vậy, coi tôi như trẻ con, thường quát mắng tôi và tỏ thái độ ra mặt. Cho đến vài năm sau, khi tôi biết yêu và có bạn trai thì T cũng vẫn chẳng coi tôi ra gì, tôi chưa bao giờ nhận được sự tôn trọng từ T và tôi vẫn luôn là một đứa con gái tầm thường trong mắt anh. Ở đây tôi mới nói đến phạm vi tình bạn, sự tôn trọng bình đẳng giữa hai người bạn với nhau, chứ giữa tôi và T không hề có sự hấp dẫn giới tính.

Bẵng đi vài năm không gặp nhau, tôi chuyển vào Sài Gòn sống và tình cờ gặp lại T ở Sài Gòn. Khi đó T đang tán cô bạn tôi. Anh em gặp nhau lại tranh luận nảy lửa như xưa, T dùng những lời lẽ miệt thị khiến tôi hơi khó chịu vì khi đó tôi không còn là đứa trẻ ranh dễ dàng cúi đầu chấp nhận sự thiếu tôn trọng của người hơn tuổi. Tuy nhiên, vì có bạn gái tôi ở đó, tôi vẫn giữ thể diện cho anh và cho cả tôi.

Bẵng đi vài năm nữa, tôi chuyển ra nước ngoài sống, nhưng năm nào tôi cũng về Hà Nội thăm nhà. Một lần về Hà Nội, bạn gái tôi báo tin T đã dọn ra Hà Nội sống và khích lệ tôi liên lạc với T. Tuy chưa bao giờ thân thiết với T nhưng xét thấy chúng tôi đã quen biết nhau hơn chục năm rồi, và cảm giác kết nối với bạn bè cũ bao giờ cũng thân thương. Tôi gọi cho T rồi hai anh em gặp nhau cà phê. Tôi nhận thấy anh đã thay đổi, không còn kiêu căng, ngạo mạn, coi thường phụ nữ, hay do tôi đã bao dung hơn xưa? Tôi không biết, nhưng dù thế nào thì T cũng đã điềm đạm hơn. Tôi cảm thấy khá thoải mái khi nói chuyện với anh.

Một hôm, khoảng chín giờ tối, tôi nhận được tin nhắn của T rằng anh đang ở gần nhà tôi, muốn rủ tôi đi ăn kem (quán kem cũng ngay gần nhà tôi). Tôi đồng ý, chạy ra cổng nơi T đang chờ sẵn. Buổi ăn kem nói chuyện phiếm cũng diễn ra thoải mái như lần trước, nghĩa là không còn tranh cãi nảy lửa như hai đứa trẻ con hiếu thắng như hồi xưa. Lúc chở tôi về, nói đến việc vì sao anh vẫn chưa có vợ/người yêu ở tuổi ngoài ba mươi, T nói rằng anh chưa tìm được người xứng đáng, rằng anh muốn có một người vợ trinh tiết, rằng anh lên giường với nhiều cô gái nhưng anh luôn cảm thấy trống rỗng. Tôi nói đùa: "Có lẽ anh đánh giá bản thân cao quá. Nếu anh thực tế hơn thì chẳng thiếu gì người cho anh chọn làm vợ."

Về tới trước cổng nhà tôi, T vẫn kể tiếp chuyện sex của anh với những cô gái anh đã từng quan hệ, và thật bất ngờ, giữa chừng câu chuyện, T ghì chặt lấy tôi, đẩy tôi vào tường, hôn ngấu nghiến. Quá choáng váng, tôi chỉ biết lấy hết sức bình sinh đẩy T ra. Bỗng dưng tôi thấy giận dữ ghê gớm. Mọi thứ trong tôi sụp đổ, vỡ vụn, tất cả những gì về T - mười hai năm quen biết, sự tôn trọng, tất cả đều tan biến. Trước mắt tôi chỉ là một thằng đàn ông hèn hạ. Hóa ra, cái bản chất khinh thường coi rẻ phụ nữ của hắn chưa bao giờ thay đổi. Hắn tưởng tôi là ai cơ chứ, hắn nghĩ rằng tôi - một con trẻ ranh khi xưa chẳng đáng xách dép cho hắn và bây giờ hắn thích thì có thể vày vò tôi như miếng giẻ rách rồi quăng đi như hắn đã từng làm với bao người con gái khác? Cái tôi gọi là "tình bạn" đối với hắn chẳng đáng một xu, nó có lẽ chẳng giá trị bằng những cô gái hắn đã cặp bồ, lợi dụng tình dục rồi đá đít. Cái loại người như hắn mà còn bày đặt chọn vợ còn trinh? Tôi bỗng cảm thấy ghê tởm con người hắn. Sự ghê tởm hòa lẫn với sự giận dữ khiến tôi á khẩu, không nói được câu gì, tôi quay người đi thẳng vào nhà. Lòng tin trong tôi sụp đổ ghê gớm. Tôi thấy giận T, giận bản thân mình, giận dữ với tất cả mọi thứ xung quanh. Tôi trằn trọc không ngủ được vì những gì vừa xảy ra, tôi quyết định mở máy tính, viết những tâm tư, suy nghĩ của mình.

Trong lúc đang viết tôi nhận được tin nhắn online từ Yahoo Messenger của T: "Anh xin lỗi!"

Tôi nhắn lại: "Thôi. Không còn gì để nói nữa. Tôi không muốn bất cứ điều gì liên quan đến anh. Không bao giờ. Tôi sẽ xóa mọi liên lạc với anh. Coi như chúng ta chưa từng quen biết."

T nhắn lại: "Anh hiểu. Trước khi cắt đứt liên lạc, anh chỉ muốn nói với em rằng anh cảm thấy rất hạnh phúc khi ở bên em."

Tôi lặng lẽ gõ: "Điều đó chẳng có ý nghĩa gì nữa. Tất cả mọi thứ đều vô nghĩa. Vĩnh biệt anh!"

Vậy là "tình bạn" giữa tôi và T đã chấm dứt như vậy. Đối với tôi, đó là một câu chuyện thật buồn, kể cả là lúc này, khi tôi viết ra những dòng chữ này...

Để công bằng, tôi kể một câu chuyện do chính tôi đã chủ động vượt quá giới hạn "tình bạn khác giới" mà đôi khi nhớ lại tôi vẫn cảm thấy hổ thẹn.

Khi ở Úc, tôi chơi rất thân với một người con trai, là P. Anh hơn tôi chín tuổi, rất tốt bụng nhưng luôn mặc cảm mình già, xấu nên không chơi với nhóm bạn nào của tôi cả. Thời gian tôi cơ nhỡ, không nơi nương tựa, P đã dọn một căn phòng ở nhà anh, cho tôi ở nhờ.

Một lần tôi đi chơi với một nhóm bạn, uống say xỉn chẳng biết trời đất là gì, nhóm bạn phải đưa tôi về tận nhà P. Tôi không nhớ là đã có hành động sàm sỡ gì với P, chỉ nhớ là đã bị anh tát một cái rất đau và mắng: "Cô có còn là bạn tôi không? Cô còn giở trò nữa thì tôi sẽ tống cổ cô ra khỏi nhà tôi, khỏi bạn bè luôn." Sau đó, tôi đã phải hết lời xin lỗi P.

Hôm sau tỉnh rượu mới thấy buồn cười, đúng là chuyện ngược đời - đêm qua mình đã toan cưỡng hiếp một người đàn ông?!! Thường thì chỉ có đàn ông hay giở trò đồi bại với đàn bà thôi, chứ làm gì có chuyện đàn bà giở trò đồi bại nhỉ?

Trường hợp của tôi nếu đặt địa vị P là người Việt như T (kể trên) thì thôi xong rồi, chắc là hiếp nhiệt tình, lợi dụng triệt để, cần quái gì tình bạn, cần quái gì sĩ diện, cần quái gì lòng tự trọng?!!

Nhưng trong trường hợp này P đã hành động rất đứng đắn, vì:

Thứ nhất: P đã tự bảo vệ mình khỏi bị tôi lợi dụng. P cũng có cái giá của anh chứ. Anh cũng có cái tiết hạnh, cái sĩ diện của một thằng đàn ông chứ. Anh làm vậy càng tăng thêm sự tôn trọng của tôi và tôi cũng tự thấy xấu hổ vì hành vi của mình.

Thứ hai: P cũng biết là tôi đang say nên không kiểm soát được hành vi, cho nên anh đã phải tát tôi một cái cho tỉnh rượu và cảnh cáo. Dĩ nhiên là hôm sau, anh đã tha thứ và bỏ qua cho tôi, nên tình bạn của chúng tôi đến bây giờ vẫn bền chặt.

Thứ ba: Mặc dù sex là thần dược của tình yêu nhưng sex lại là liều thuốc độc giết chết tình bạn. Nó là điều tối kỵ cho một tình bạn khác giới. Nếu P không kiểm soát được dục vọng của mình thì một điều chắc chắn - anh sẽ mất tôi vĩnh viễn, mất tình bạn vĩnh viễn. Tôi cũng sẽ không bao giờ nhìn mặt anh nữa.

Phải nói thêm rằng, sự đấu tranh tâm lý của P khó khăn hơn nhiều vì anh có tình cảm với tôi nhưng anh biết rằng tôi chỉ yêu một người là S (chồng tôi bây giờ) và tôi chỉ coi anh như một người bạn tốt.

Điều kiện quan trọng nhất cho một tình bạn khác giới:

"Lòng Tự Trọng của một người đàn ông (hay đàn bà) phải LỚN HƠN Dục Vọng rất nhiều!"

GVA 28/1/2008

Gia đình và xã hội

Tôi có anh bạn con nhà khá giả, đi du học về được làm việc ở một tập đoàn nước ngoài khá tiếng tăm. Đẹp trai, có học thức, kiếm tiền giỏi, người như anh gái theo hàng đàn, nhưng không hiểu sao anh không thấy rung động trước một cô gái nào. Anh cũng đã có dăm ba mối tình, nhưng chỉ "thích" chứ không thể gọi là "yêu". Mặc dù các cô đi qua đời anh ai cũng yêu anh nhưng sau một thời gian, khi anh thấy trái tim mình nguội lạnh là đường ai nấy đi.

Ba mươi ba tuổi, anh vẫn độc thân nhưng không hề cô độc, những năm sống ở trời Tây đã dạy anh cách hưởng thụ sự tự do, phóng khoáng của tuổi trẻ. Tôi nhiều lúc cũng phải thầm ghen tị với anh. Đùng một cái anh báo tin sắp lấy vợ. Nhận được tin nhắn của anh, tôi đã tức tốc gọi điện vì tôi tin rằng đây không phải là điềm lành (đối với người như anh). Trả lời cho câu hỏi "tại sao", anh nói cha mẹ anh thúc giục quá vì anh là con một. Ông bà mong muốn có cháu để nối dõi tông đường, đó cũng là cách để con cái báo hiếu cho cha mẹ. Vậy là anh lấy đại cô gái hiện đang yêu anh mà anh không yêu.

Thật chua xót cho anh bạn tôi. Dù được đi học ở một nước tiến bộ, tiếp thu sự văn minh của xã hội phương Tây nhưng khi về Việt Nam, anh cũng không thể thoát khỏi cái suy nghĩ cổ hủ của thế hệ trước là cha mẹ.

Việc cha mẹ thúc ép con lấy vợ, lấy chồng rất phổ biến ở Việt Nam. Chẳng lẽ không ai thấy đó là sự ích kỷ của cha mẹ sao? Nó chỉ thỏa mãn cái ước muốn của cha mẹ trong khi họ không hề quan tâm đến việc con mình có hạnh phúc hay không. Một cuộc hôn nhân không tình yêu sớm muộn gì rồi cũng tan vỡ. Đau khổ cho người chồng, người vợ là một lẽ, còn những đứa con - đứa cháu sinh ra trong một gia đình không hạnh phúc sẽ ra sao?

Phải chăng đây là sự vô trách nhiệm của người lớn, từ sự ích kỷ của ông bà đến sự phó mặc của cha mẹ. Trẻ con sinh ra không có quyền lựa chọn cho mình một gia đình hạnh phúc. Vậy trách nhiệm nằm trong tay những người làm cha, làm mẹ khi lựa chọn cho mình một cuộc hôn nhân với nền tảng tình yêu để từ đó xây dựng nên một gia đình hạnh phúc.

Con cái mà chống lại ý muốn (dù là ích kỷ) của cha mẹ thì bị cho là "bất hiếu". Bất hiếu ư? Để được sống là mình, cho chính mình và cho tương lai gia đình mình về sau, sao có thể gọi là "bất hiếu"? Tại sao cha mẹ không coi niềm vui, hạnh phúc của con cái là sự báo hiếu? Như thế chẳng phải là đủ sao? Rồi sẽ có ngày cha mẹ già và khuất núi, khi đó thế hệ con cái trở thành thế hệ cha mẹ. Nếu như trước đó họ bị ép làm theo mong muốn của cha mẹ thì giờ đây họ phải sống với hậu quả của sự "báo hiếu cha mẹ" để lại, đó là một cuộc hôn nhân không hạnh phúc. Tôi không nghĩ là họ sẽ cảm ơn những người đã khuất, mà ngược lại, họ sẽ ân hận vì đã nghe lời cha mẹ để bước vào một bi kịch hôn nhân có thể thấy trước và có thể tránh được.

Tôi sẽ hồi hộp đi bên cạnh cuộc đời anh bạn tôi để thấy một ngày anh gặp người anh yêu, anh sẽ phải làm gì khi anh đã có vợ?

Tôi sẽ phải chứng kiến sự thất vọng của cha mẹ anh nếu vợ anh không thể sinh con hoặc chỉ sinh con gái? Tại sao họ lại tự đưa mình vào một bi kịch cuộc đời như vậy? Tôi thật không hiểu.

Ở phương Tây, cha mẹ không bao giờ can thiệp vào cuộc sống riêng tư của con cái. Ngược lại, họ chỉ mong con cái được tự lập, sớm ra đời, tự kiếm tiền, thuê nhà ở riêng và dĩ nhiên chuyện con cái yêu ai, lấy ai không hề ảnh hưởng tới họ. Bởi đơn giản đó không phải là cuộc sống của họ, họ có cuộc sống của riêng họ chứ, rồi họ cũng sớm lìa đời và cuộc sống của con cái họ đâu có ảnh hưởng gì tới người đã chết?!

Lần gần đây về Việt Nam, tôi đã vô cùng choáng váng trước thực trạng xã hội hiện nay. Đi chơi với một nhóm bạn toàn là gái đã có chồng, có con nhưng thấy hết đứa này đứa khác kể chuyện bồ bịch và thậm chí khoe bồ của mình "ngon" hơn bồ đứa kia. Khi thấy tôi ngạc nhiên, chúng nó nói tôi ở Tây về mà lạc hậu quá, thời buổi bây giờ mà còn chung thủy một vợ một chồng. Thật là mỉa mai thay, tôi sống ở những nước văn minh quá lâu rồi, bây giờ trở về Việt Nam tôi lại trở thành người lạc hậu, chỉ vì tôi không ngoại tình!

Gặp anh bạn thân trong lúc ăn nhậu, anh "vui miệng" kể vợ anh có bồ. Anh vừa nói vừa cười làm tôi tưởng anh nói đùa. Nhưng không, khi tôi hỏi: "Sao anh biết?" thì anh thản nhiên nói: "Thì tự dưng thấy phấn son, ăn diện, thường xuyên đi làm về muộn là biết." Anh còn nói thêm: "Chúng nó thường đưa nhau đi nhà nghỉ vào giờ nghỉ trưa đấy."

Tôi trợn tròn mắt: "Sao anh biết? Anh theo dõi à?"

Anh nói: "Bây giờ nó như là phong trào ấy, ai chả biết, cần gì phải theo dõi."

Tôi thật không biết nói gì, buồn nhất là anh nói với giọng điệu thản nhiên, như thể nó là một điều hết sức bình thường vậy. Tôi hỏi: "Anh có yêu vợ không?"

Anh trả lời không cần suy nghĩ: "Không!"

Trời ơi! Tại sao mọi giá trị gia đình bị đảo lộn hết thế này? Tại sao những con người trí thức chúng ta lại trở nên vô trách nhiệm và sống buông thả như vậy? Còn con cái chúng ta thì sao? Chúng sẽ trở thành những con người thế nào khi cha mẹ mỗi người một cuộc sống? Cha mẹ không yêu thương nhau thì làm sao có thể dạy con yêu cha mẹ hay trân trọng cái gọi là "gia đình"?

Đã đến lúc chúng ta phải nhìn lại mình và sống có trách nhiệm hơn với bản thân, bởi những gì mình làm ngày hôm nay sẽ mang lại những hậu quả cho mai sau. Những đứa trẻ sinh ra trong một cuộc hôn nhân không tình yêu đều là những đứa trẻ bất hạnh. Hãy vực lại những giá trị tinh thần không chỉ cho riêng gia đình mình mà cho toàn xã hội.

Hãy vì một xã hội Việt Nam tốt đẹp hơn!

GVA 12/12/2011

Sex và đời sống

Sex luôn là chủ đề nóng bỏng và ai cũng quan tâm bởi nó là một phần quan trọng, không thể tách rời cuộc sống. Tuy nhiên nó vẫn luôn là một điều rất đỗi riêng tư, không phải gặp ai ta cũng nói chuyện về sex, không phải lần đầu tiên gặp mặt hay quen biết xã giao ta đã nói chuyện về sex. Càng khó hơn nữa để đi sâu vào vấn đề đàn ông nghĩ gì về sex và phụ nữ nghĩ gì về sex, đặc biệt là trong xã hội Việt Nam hiện tại.

Gần đây, tôi mở một cuộc thăm dò trên mạng cho đối tượng nam nữ nằm ở độ tuổi từ hai mươi đến năm mươi. Tôi đặt những câu hỏi chung cho cả nam lẫn nữ về sex để xem sự khác nhau trong suy nghĩ của hai giới như thế nào. Kết quả vô cùng thú vị mà tôi rất muốn chia sẻ với các bạn.

Câu hỏi 1: Khi gặp người con trai/con gái bạn thích, bạn thường tưởng tượng hai người đang:

1. Làm tình.

2. Ngồi nói chuyện, uống cà phê.

3. Cãi nhau.

4. Nắm tay nhau chạy trên cánh đồng hoa.

Tôi phân loại đối tượng trả lời thuộc bốn típ người khác nhau:

Làm tình - Sex: nhóm người này khi nghĩ về "người ấy" chỉ thấy cảnh hai người đang ái ân mặn nồng. Đây là nhóm có khát vọng tình dục cao.

Ngồi nói chuyện uống cà phê - Thực tế: nhóm người này khi thích ai thì rất thực tế, đi từng bước trong quan hệ, tìm hiểu bằng cách nói chuyện, gặp gỡ cà phê nhẹ nhàng.

Cãi nhau - Tiêu cực: nhóm người này mới gặp người mình thích nhưng đã tưởng tượng hai người cãi vã nhau, có xu hướng tiêu cực, bi quan trong mối quan hệ.

Nắm tay nhau chạy trên cánh đồng hoa - Lãng mạn: nhóm người lãng mạn bay bổng, luôn nhìn đời qua lăng kính màu hồng.

Đã có 45 bạn nam và 70 bạn nữ tham gia trả lời câu hỏi này. Ta hãy xem kết quả trong biểu đồ dưới đây để thấy sự khác nhau trong suy nghĩ của đàn ông và đàn bà như thế nào:

Đàn ông nghĩ gì khi gặp người họ thích

Đàn bà nghĩ gì khi gặp người họ thích

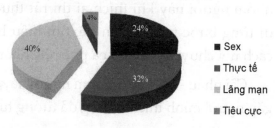

Thật thú vị là có đến 50% nam giới nghĩ đến sex đầu tiên trong khi chỉ 24% nữ giới nghĩ đến sex. Ngược lại, phần lớn nữ giới (40%) tưởng tượng đến sự lãng mạn (ôm nhau thật chặt, nắm tay nhau chạy trên cánh đồng hoa, chạy xe dạo phố, ngôi nhà và những đứa trẻ...) trong khi nam giới chỉ có 11% nghĩ đến những điều lãng mạn, mà sự lãng mạn của họ cũng không bay bổng như nữ giới, thường chỉ giới hạn ở mức... chạy bộ cùng nhau.

Phụ nữ nghĩ đến những vấn đề thực tế nhiều hơn nam giới, chứng tỏ họ dè dặt hơn khi bắt đầu một mối quan hệ. Họ nghĩ tới buổi hẹn cà phê chuyện trò, đi du lịch ngắm cảnh cùng nhau (32%) trong khi chỉ có 21% nam giới tưởng tượng đến việc hẹn hò cà phê với người mình thích.

Có lẽ bản năng phụ nữ lãng mạn hơn nam giới rất nhiều, và khi gặp "người ấy", họ hay tưởng tượng những điều lung linh tươi đẹp, nên số phụ nữ suy nghĩ tiêu cực rất ít, chỉ 4% trong khi có tới 18% nam giới tưởng tượng đến cảnh cãi nhau với "cô ấy" - người mà họ thích.

Quay lại vấn đề sex, nỗi ám ảnh của 50% đàn ông được phỏng vấn ở đây. Không thể phủ nhận rằng xưa nay bản năng tình dục của giống đực là vô cùng mạnh mẽ, và tôi không ngạc nhiên khi một nửa số đàn ông tưởng tượng làm tình với người họ thích khi còn chưa bắt đầu một mối quan hệ. Tôi tin rằng điều mấu chốt ở đây là đàn ông dễ đạt được cực khoái khi làm tình trong khi phụ nữ rất khó, phải mất nhiều thời gian, tốn nhiều công sức và đòi hỏi cả kỹ năng làm tình của "đồng chí kia", chưa kể thiên thời - địa lợi - nhân hòa, v.v... Nói chung là cần phải hội tụ rất nhiều yếu tố cùng lúc thì mới có thể đưa một người phụ nữ lên đến đỉnh. Vậy điều này liên quan gì đến việc chỉ có 25% phụ nữ nghĩ đến sex khi gặp người họ thích? Bởi đối với phụ nữ, khi làm tình mà không đạt được cực khoái thì nó cũng "sướng" vừa vừa như là khi ôm nhau hay nắm tay nhau chạy trên cánh đồng hoa vậy thôi. Điều này cũng giải thích cho phần đông phụ nữ tưởng tượng đến những điều lãng mạn (40%).

Câu hỏi 2: Sex có nhất thiết phải gắn liền với tình cảm không?

Có 50 đàn ông và 165 phụ nữ tham gia trả lời câu hỏi này. Và đây là kết quả:

NAM

■ Sex luôn gắn với tình cảm   ■ Sex không gắn với tình cảm

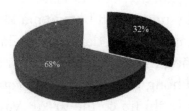

NỮ

■ Sex luôn gắn với tình cảm   ■ Sex không gắn với tình cảm

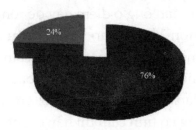

Một sự đối lập hoàn toàn giữa nam và nữ. Điều này không hề gây ngạc nhiên nhưng lại rất thú vị. Mặc dù sex là bản năng tự nhiên của con người nhưng phụ nữ bị tình cảm chi phối rất nhiều, nhất là trong vấn đề tình dục,

76% phụ nữ không thể làm tình với người mình không có tình cảm. Bởi nếu họ không thích thì "cửa sung sướng" khép chặt, khô như nắng hạn, khi ấy làm tình sẽ là một cực hình, đau đớn về thể xác. Bởi vậy nên điều kiện "thích" phải là điều kiện tối thiểu để phần lớn phụ nữ lên giường với đàn ông.

Trong khi đó, 68% nam giới có thể có ngủ với bất kỳ người đàn bà nào mà không cần có tình cảm. Đối với đàn ông, sex không chỉ là bản năng mà nó còn là một nhu cầu sinh lý. Nếu không có đối tác để giải quyết nhu cầu sinh lý thì họ có thể tự xử. Vậy nên có đối tác thì tốt quá (chưa cần có tình cảm), mà có đối tác cộng thêm có tình cảm với đối tác nữa thì càng tuyệt vời. Vậy nên phụ nữ cần phải hiểu đàn ông ở điểm này để rộng lượng với họ hơn khi mà họ không phải lúc nào cũng tìm được đối tác có tình cảm để giải quyết nhu cầu sinh lý. Nếu ta bắt gặp một người đàn ông đang hành sự với một đối tác, không có tình cảm thì hãy coi như ta vào nhầm toilet nam và nói: "Xin lỗi!" rồi quay ra, không đánh giá, miễn đó là một người đàn ông tự do.

Có một câu trả lời phụ rất thú vị của một đấng mày râu, tôi xin trích nguyên văn: "Sex giống như hát karaoke. Ai cũng hát được hết. Nhưng có cảm xúc thì hát hết mình, không có cảm xúc thì hát qua loa cho nó xong bài ấy mà."

Để công bằng, đàn ông cũng nên tìm hiểu thế giới nội tâm của đàn bà để tìm sự hòa hợp trên giường, mặc dù thế giới nội tâm của đàn bà tương đối phức tạp. Yêu thôi cũng chưa phải là điều kiện đủ để thỏa mãn một phụ nữ ở trên giường. Họ cần những cái vuốt ve, những cái ôm thật chặt từ đằng sau, những chi tiết rất nhỏ thôi, như một bản nhạc lãng mạn, một bông hoa, những ngọn nến trong phòng ngủ, v.v... Tất cả đều có thể kích thích cảm hứng tình dục của người phụ nữ. Mở màn như vậy là tốt rồi, chương trình chính cũng phải hoành tráng, nhiều tiết mục mới lạ, hấp dẫn chứ không phải như máy khâu năm phút là xong đâu nhé! Phụ nữ cần nhiều thời gian mới lên đến đỉnh, nó như một con sóng bắt đầu hình thành từ khơi xa, cuộn dần về đất liền và đỉnh điểm là vỗ ào vào bờ. Nếu đàn ông là những con sóng ngắn vỗ mạnh vào bờ trong vòng năm phút thì phụ nữ phải mất ba mươi phút miệt mài tạo sóng mà còn tùy vào kỹ năng người tạo sóng, có khi sóng gần về đến bờ rồi mà chẳng vỡ ra được thì cũng... đành chịu. Bởi tâm lý phụ nữ rất phức tạp, cũng có thể trong lúc đang cao trào thì nàng phát hiện trần nhà có một vết ố và đầu óc chỉ nghĩ đến việc "sáng mai gọi thợ đến sửa cái trần nhà" và thế là... bao nhiêu công tạo sóng chìm xuống đại dương hết.

Một ví dụ nữa tôi tin là rất phổ biến trong các cặp vợ chồng. Nếu vợ cả ngày đi làm, chiều tối về đi chợ, dọn dẹp nhà cửa, nấu ăn phục vụ chồng con thì 90% lên giường là ngủ, 10% còn lại là cực kỳ chiều chồng, mà một nửa trong số đó tôi e rằng sẽ ngủ trong lúc chồng muốn làm gì thì làm. Bởi vậy các ông chồng hãy giúp đỡ vợ công việc nhà, vừa được vợ yêu, mà lên giường sẽ nhận được sự nhiệt tình đền đáp, lợi cả đôi đường.

Với đối tượng nữ mà có thể tách bạch được sex với tình cảm (24%), tôi nhận thấy họ có một đặc điểm chung là cá tính mạnh, táo bạo, không bị ràng buộc bởi ý kiến dư luận, sống bản năng. Tuy nhiên, số phụ nữ cá tính như này vẫn còn là thiểu số trong xã hội Việt Nam bây giờ.

Nam giới thì khác, 32% trong số họ cho rằng sex phải luôn gắn liền với tình cảm. Đây là nhóm người có nguyên tắc lý tưởng đạo đức rất cao và phần lớn là trẻ tuổi, từ hai mươi đến ba mươi tuổi. Có thể mười đến mười lăm năm nữa họ sẽ nghĩ khác, nhưng phát hiện về nhóm tuổi trong số phần trăm nhỏ này cũng là một điều thú vị.

Phỏng vấn sâu hơn với một nam giới ở độ tuổi năm mươi, anh chia sẻ rất thành thật: "Sex không cần phải đi đôi với tình cảm. Mình đi đường vô tình gặp các em đẹp như hoa hậu, chân dài như người mẫu, hát hay như ca sĩ, hỏi mình có thích sex không? Mình trả lời chắc chắn là "có" mặc dù không có tình cảm. Nếu có tình cảm thì tình dục sẽ thăng hoa hơn."

Như vậy, quan điểm về sex nói chung giữa đàn ông và đàn bà rất khác nhau. Không những thế nó còn dao động trong cùng một giới nhưng khác nhau về lứa tuổi, môi trường văn hóa, chuẩn mực đạo đức, v.v... Vấn đề ở đây là tìm kiếm sự hòa hợp thấu hiểu nhau để sex được đặt đúng giá trị đẹp của nó, để sex luôn là sự thăng hoa tình cảm trong quan hệ nam nữ.

GVA 21/6/2012

Làm mẹ đơn thân

Hôm nay, sau khi giải quyết một số công việc hành chính, tôi định ghé vào quán cà phê quen thuộc để viết nốt cuốn sách còn dang dở. Trên đường đi bộ qua cây cầu dẫn tới quán, tôi nghe ai đó gọi tên mình và nhận ra Jen - cô bạn người Mỹ đã "mất tích" gần hai năm nay. Mừng vui khôn xiết, chúng tôi đã dành cả buổi chiều để nói chuyện về những gì đã xảy ra trong hai năm qua.

Tôi gặp và quen Jen trong lớp học tiền sản cách đây bốn năm. Jen - người Mỹ gốc Philipines, lấy chồng Thụy Sĩ. Về ngoại hình, chúng tôi tương đối giống nhau vì cùng gốc châu Á, nhưng xét về tính cách thì chúng tôi khác hẳn nhau. Tôi là người rất thực tế, trong khi Jen là một nghệ sĩ lãng mạn, thiên về tâm linh. Tuy không bao giờ hiểu được thế giới "mơ màng" của cô ấy nhưng tôi rất quý cô ấy và chúng tôi chơi thân với nhau hơn các bạn khác trong lớp.

Lần cuối cùng chúng tôi gặp nhau là cách đây hai năm, khi Jen và con gái tham gia chuyến picnic với gia đình tôi. Khi đó chồng Jen không đi cùng và cô có tâm sự với tôi về trục trặc quan hệ vợ chồng. Gặp lại tôi, Jen thông báo vợ chồng cô đã ly thân được hơn một năm và đang làm thủ tục chính thức ly dị. Hai mẹ con đã dọn nhà đi nơi khác, cô phải tự lăn lộn kiếm sống để trả tiền thuê nhà và nuôi con một mình nơi đất khách quê người. Chồng cô cũng là một họa sĩ, nhưng anh ta không có nguồn thu nhập ổn định, chỉ trông chờ vào tiền trợ cấp thất nghiệp của chính phủ.

Khi hai người còn chung sống, Jen đã rất vất vả, làm đủ nghề để kiếm sống. Cô vẽ những bức tranh bằng son môi (vẽ bằng miệng), tự làm triển lãm bán tranh. Một lần tới nhà chơi, tôi thấy cô bán đồ ăn khô qua mạng để kiếm thêm.

Giờ đây, khi nghe Jen kể việc lăn lộn một mình để nuôi con, tôi có thể hình dung sự vất vả cả về vật chất lẫn tinh thần của cô. Đặt mình vào địa vị của Jen, tôi chắc sẽ không thể ở lại Thụy Sĩ đối diện với quá nhiều áp lực như vậy, tôi sẽ mang con về Mỹ, nơi có sự trợ giúp của gia đình và bè bạn, ít nhất là về mặt tinh thần. Tôi kinh ngạc bởi ý chí mạnh mẽ của Jen, một người tưởng chừng như rất mềm yếu.

Tôi hỏi: "Làm sao chị có thể đương đầu với mọi khó khăn như thế trong hai năm qua? Chị đã làm gì khi phải đối mặt với những hóa đơn chồng chất, tiền nhà, tiền điện, học phí nhà trẻ, tiền chợ, v.v... Thụy Sĩ là một trong những nước đắt đỏ nhất thế giới, làm thế nào chị có thể tồn tại để nuôi con?"

Jen cười phá lên và nói đúng một từ: "Magic" (phép màu).

Tôi xua đi: "Chị biết tôi là người rất thực tế, tôi không tin vào phép màu, tôi chỉ tin vào năng lực của con người, và tôi nghĩ chị thực sự mạnh mẽ."

Jen nói: "Thực lòng đấy. Cái chính là mình phải tin vào "phép màu", mặc dù tận cùng vấn đề nó vẫn là chính mình tạo nên "phép màu" đó. Hãy tin tôi đi, đã có lúc tôi rơi vào trạng thái tuyệt vọng, một thân một mình ôm con nơi đất khách quê người, tôi vẫn phải gồng mình lên để sống. Tuy nhiên, thay vì ngồi khóc, tôi ngồi thiền. Tôi thiền để quên hết sự đời, quên những hóa đơn chồng chất, quên những nhọc nhằn khi chăm con ốm, quên cả sự cô độc ở một xứ sở không phải quê hương mình. Tôi cứ thiền cho đến khi mọi muộn phiền tan biến hết. Tôi nhận ra rằng, khi cuộc đời mình tan tác, mình phải gom nó lại, đưa nó về một thể thống nhất, nạp cho nó một năng lượng tích cực, năng lượng này tôi có được nhờ thiền. Một khi con người mình tỏa ra một năng lượng tích cực, nó sẽ hấp dẫn mọi điều tích cực, mình suy nghĩ tích cực thì sẽ có những hành động tích cực và cứ thế nó lan tỏa ra, mở ra những cơ hội cho mình nắm bắt."

Wow. Tôi là người không bao giờ bước chân vào thế giới phi vật chất, thế giới tâm linh, hay về năng lượng vũ trụ vạn vật, nhưng lúc này tôi như bị thôi miên và hoàn toàn tin vào những gì cô ấy nói.

Jen nói tiếp: "Ví dụ, bên này là một đống hóa đơn tổng cộng ba nghìn đô la. Bên kia tôi muốn có mười nghìn đô la thì mới đủ

sống dư dả cho hai mẹ con. Hiện tại tôi chỉ
có hai bàn tay trắng nhưng để kiếm được số
tiền mười nghìn đô la một tháng thì tôi phải
bắt đầu ngay. Tôi có bằng chuyên gia tư vấn
tâm lý, muốn phát huy nghề này tôi cần phải
có khách hàng. Khách hàng ở đâu? Tôi lên
mạng tìm những trang cộng đồng quốc tế ở
Geneva, đăng ký làm thành viên, quảng cáo
dịch vụ tư vấn tâm lý. Trên các trang này, họ
thường xuyên tổ chức sinh hoạt cộng đồng
và tôi luôn tham gia, gặp gỡ những khách
hàng tiềm năng. Bằng cách đó, tôi bắt đầu có
khách hàng và tiền tự nhiên đến theo. Rồi có
khách hàng trong quá trình điều trị tâm sự về
bệnh béo phì, tôi không chỉ tư vấn chế độ ăn
kiêng mà còn nhận cung cấp thực phẩm cho
họ. Cứ như vậy từ một cơ hội mở ra nhiều
cơ hội khác, tôi bắt đầu bán cả thực phẩm và
khi cộng đồng tổ chức hoạt động tiệc tùng,
tôi nhận cung cấp thức ăn cho họ, từ việc
chỉ cung cấp thực phẩm tôi chuyển sang chế
biến thức ăn, tiệc nhỏ thì tôi tự làm, tiệc lớn
thì tôi nhờ người phụ giúp. Con đường ban
đầu tưởng như mù mịt nhưng tôi càng đi con
đường càng sáng tỏ và rộng thênh thang. Đó
chẳng phải là "phép màu" sao? Tất cả xuất
phát từ năng lượng tích cực trong mình. Suy

nghĩ tích cực, hành động tích cực thì mọi điều tích cực sẽ tới với mình."

Như chợt nhớ ra, Jen nói: "À tối mai có một buổi công chiếu phim, tôi cung cấp đồ ăn nhẹ cho bữa tiệc cocktail của họ. Cô hãy đến tham gia cho vui."

Tôi đi hết từ ngạc nhiên này tới ngạc nhiên khác, và đến lúc này thì tôi vô cùng khâm phục người phụ nữ trước mặt. Cô ấy mới ba mươi mốt tuổi, trẻ hơn tôi, nhưng cô ấy thật bản lĩnh và mạnh mẽ.

Trước kia, tôi không đánh giá cao những việc cô ấy làm như tô son lên môi rồi in thành những bức tranh triển lãm, hay những chiếc túi nho nhỏ đựng nấm khô cô ấy bán với giá năm đô la một túi. Nhưng bây giờ tôi tôn trọng tất thảy những việc cô ấy làm, kể cả việc cụng ly làm quen với một người lạ trong bữa tiệc.

Trước kia, tôi không tin vào sự màu nhiệm nào hết. Giờ đây tôi thực sự tin vào phép màu - phép màu đó do chính chúng ta tạo nên.

GVA 21/11/2012

Làm cha đơn thân

Tôi gặp vợ chồng Robert lần đầu tiên vào năm 2006 khi tôi sang Sri Lanka thăm Simon (chồng tôi bây giờ). Robert khi ấy có đủ mọi thứ khiến nhiều phụ nữ mơ ước và nhiều đàn ông phải ghen tị. Anh là sếp lớn của Hiệp hội Chữ thập đỏ Quốc tế tại Sri Lanka, đẹp trai, hào hoa, phong nhã, có vợ đẹp và một cậu con trai hai tuổi khôi ngô tuấn tú. Gia đình anh là một bức tranh hạnh phúc hoàn hảo mà tôi cũng thầm mơ ước.

Năm 2007, tôi cưới Simon và theo anh về Geneva (Thụy Sĩ) làm việc. Ở đây, tôi gặp lại gia đình Robert, hóa ra hai vợ chồng anh đều mang quốc tịch Thụy Sĩ. Lẽ tự nhiên, hai gia đình chúng tôi trở nên thân thiết với nhau.

Một năm sau, vợ chồng anh lục đục, nguyên nhân bên trong tôi không rõ nhưng chỉ biết rằng anh thường xuyên đi công tác xa nhà, mỗi chuyến đi kéo dài hằng tháng trời. Vợ anh muốn anh làm công việc văn phòng ở Geneva nhưng lòng đam mê nghề nghiệp thôi thúc anh đi vào những vùng chiến tranh nguy hiểm như Chechnya, Kosovo, Lebanon, Pakistan...

Có lẽ để "trói chân" anh, vợ anh đề nghị sinh thêm một đứa con. Nghe vậy, vợ chồng tôi đều phản đối, bởi một đứa trẻ ra đời không thể là giải pháp cứu cánh cho mối quan hệ của cha mẹ. Ngược lại, áp lực nuôi con nhỏ cộng với stress có thể khiến tình hình tệ hơn. Và thật không công bằng cho đứa trẻ sinh ra không phải là hạt giống tình yêu của cha mẹ mà chỉ là một biện pháp cứu vãn tình thế.

Tuy nhiên, anh vẫn đồng ý và tháng Tám năm 2009 họ đón đứa con trai thứ hai chào đời. Khi đứa bé mới được ba tuần tuổi, anh lại đi công tác, trở về nhà được một tháng thì xảy ra động đất ở Haiti (tháng Một năm 2010). Anh lại lên đường đi Haiti ba tháng.

Là một người vợ có chồng làm công tác nhân đạo, tôi hoàn toàn hiểu được sự khó khăn, vất vả của vợ anh khi một mình vừa đi làm, vừa nuôi con nhỏ, không có sự trợ giúp, không có chồng cùng chia sẻ gánh nặng. Ngoài đứa bé mới sinh, cô còn cậu con trai năm tuổi phải chăm sóc.

Quan hệ vợ chồng anh càng ngày càng trở nên tồi tệ, hai người bắt đầu chiến tranh lạnh, không nói chuyện với nhau dù ở chung một nhà, nằm chung một giường.

Đỉnh điểm của cuộc chiến tranh lạnh kết thúc khi hai người cãi nhau và vợ anh ôm hai đứa con sang nhà bạn ở nhờ. Cô gọi điện báo cảnh sát rằng cô là nạn nhân của bạo lực gia đình, yêu cầu cảnh sát can thiệp và lệnh cho chồng phải ra khỏi nhà vào ngày hôm sau.

Vậy là anh chính thức bị đuổi ra khỏi nhà. Trong vòng hai mươi tư tiếng, anh mất tất cả, vợ con, gia đình, mái ấm, cùng thời gian đó anh cũng không có việc làm.

Suốt một năm trời anh ăn nhờ ở đậu, khi thì nhà bạn, khi thì nhà mẹ ở Ba Lan, lúc thì ở khách sạn.

Anh tự nhận lỗi về mình vì đã quá vô tâm với vợ nhưng tận đáy lòng, anh rất yêu vợ. Trong một năm trời vô gia cư đó, anh đã viết hàng trăm bức thư tình gửi vợ, nhưng không bao giờ nhận được hồi âm.

Có thể anh không phải là một người chồng tốt, nhưng tôi thấy anh là một người cha hết lòng vì con cái. Thời gian ăn nhờ ở đậu, anh nhớ con vô cùng và xin vợ cho được gặp con, chơi với chúng ở công viên. Có tuần vợ cho phép anh được gặp con một lần, có tuần thì cô từ chối. Được bốn tháng gặp con thất thường như vậy thì vợ anh đột ngột cấm không cho anh gặp con.

Bị cắt đứt sợi dây liên lạc duy nhất với gia đình, con cái, anh đã vô cùng tuyệt vọng, đôi khi anh nghĩ đến cái chết, nhưng nghĩ đến hai đứa con, anh lại gắng gượng sống để giành quyền làm cha. Anh đã phải mất một thời gian dài điều trị tâm lý khi bạn bè anh vô cùng lo lắng, sợ anh tự tử.

Sau đợt điều trị tâm lý, lấy lại tinh thần, anh nộp đơn lên tòa án đòi quyền làm cha của hai đứa con. Tuy nhiên, anh phải chứng minh với tòa là anh có đầy đủ điều kiện để nuôi con, ít nhất là phải có nhà ở, có nơi ăn chốn ngủ cho tụi trẻ, mà khi đó anh vẫn còn lang thang, nay ở nhờ nhà này, mai ở nhờ nhà khác.

Anh quyết tâm đi tìm mua nhà, lúc này anh không còn gì để mất, không có gì để tiếc, miễn là anh giành được quyền nuôi con. Thật may mắn, bốn tháng sau anh đã tìm mua được một căn hộ hai phòng ngủ ở Pháp, ngay giáp biên giới Thụy Sĩ.

Chúng tôi rất mừng cho anh, nhất là khi anh được đón lũ trẻ về ở vào cuối tuần. Anh trang bị giường tủ cho hai con, mua đồ chơi cho chúng và dạy chúng chơi thể thao như bơi lội, đá bóng, cầu lông, leo núi, những môn thể thao mẹ chúng không bao giờ tham gia. Rồi anh nấu nướng cho con, tắm rửa vệ sinh cho con, chăm sóc các con như một người mẹ tần tảo.

Chứng kiến sự thay đổi thần kỳ như vậy, tôi không khỏi ngỡ ngàng. Một người đàn ông trước kia luôn có vợ hầu hạ bếp núc, không bao giờ phải vào bếp, mà giờ đây anh biết đi chợ, nấu nướng. Khi chúng tôi đến thăm, anh còn mang bánh ngọt ra mời cùng với trà.

Con gái tôi bằng tuổi con trai út của anh nên mỗi khi lũ trẻ qua nhà anh ở (thường là hai ngày cuối tuần) chúng tôi lại tổ chức các hoạt động dã ngoại cho bọn trẻ. Khi thì lên núi picnic, lúc thì đi bơi hay vào rừng hái nấm.

Anh kể tuổi thơ của anh ở Ba Lan, những buổi theo mẹ vào rừng hái nấm để cả nhà có được bữa ăn cải thiện. Ba Lan khi đó vẫn nằm trong khối cộng sản ở Đông Âu, nên người dân còn khó khăn. Năm mười tám tuổi, anh sang Liên Xô học về thể thao. Ở Leningrad, anh quen với nhiều bạn Việt Nam, nhóm học của anh có năm người thì bốn người kia đều là người Việt Nam.

Tốt nghiệp năm 1986, anh không quay về Ba Lan mà đi Thụy Sĩ. Ở Geneva, sau vài năm không tìm được việc làm, kiếm sống bằng những công việc lao động chân tay, anh quyết định học tiếp để lấy bằng cử nhân Khoa học Chính trị (1992-1995). Đó là một quyết định vô cùng đúng đắn vì nó giúp anh theo đuổi ước mơ được làm việc cho tổ chức nhân đạo, đi khắp thế giới giúp đỡ những nạn nhân chiến tranh. Ngay sau khi ra trường, anh được nhận vào làm việc cho Hiệp hội Chữ thập đỏ Quốc tế tại Geneva và được cử đi làm các nhiệm vụ cứu trợ nhân đạo ở các nước đang có mâu thuẫn chính trị, tôn giáo. Cho đến nay, anh đã đi và làm việc ở hơn tám mươi quốc gia trên Thế giới.

Vừa kể chuyện, anh vừa chế biến món nấm chúng tôi mới thu hoạch được từ chuyến dã ngoại trong rừng. Tôi nhớ lúc ở trong rừng, anh say sưa giảng giải cho các con về các loại nấm, cách phân biệt nấm độc qua hình dáng, màu sắc. Ở người đàn ông này có một sức sống mãnh liệt mà tôi tin rằng chỉ có bản năng của một người cha mới có thể khiến anh đứng dậy và làm mọi thứ cho con, kể cả việc thay thế một người mẹ, một người thầy.

Tôi không khỏi suy nghĩ về việc vợ anh đã cố tình chia rẽ cha con anh. Những đứa trẻ luôn cần tình yêu của cả cha mẹ, chúng cần sự dịu dàng chăm sóc của mẹ nhưng chúng cũng cần sự mạnh mẽ, phiêu lưu mạo hiểm của cha. Việc cha mẹ không sống chung với nhau không có nghĩa là họ phải ghét nhau. Họ cũng không phải cố giả tạo để sống bên nhau. Cha mẹ có thể mỗi người một nhà nhưng hãy để trẻ được hưởng trọn vẹn tình yêu và sự giáo dục của cả cha lẫn mẹ. Đó mới thực sự là "tất cả vì các con và cho các con".

GVA 26/11/2012

Sex and the City

Sex and the City là một sê ri truyền hình nhiều tập của Mỹ với những câu chuyện xoay quanh bốn người bạn gái ở độ tuổi bốn mươi đến năm mươi: Carrie, Samantha, Miranda và Charlotte. Bốn cô gái, bốn tính cách với những mối quan hệ cùng những người đàn ông khác nhau ở thành phố New York. Có người tiến tới hôn nhân, có người lựa chọn cuộc sống độc thân, có người hôn nhân tan vỡ rồi lại hàn gắn. Mỗi mối quan hệ mang lại cho ta một suy ngẫm về giá trị hạnh phúc của người phụ nữ trong xã hội hiện đại bây giờ.

Khi loạt sê ri truyền hình kết thúc, một hãng phim Holywood đã sản xuất bộ phim nhựa *Sex and the City* vào năm 2008. Sau khi xem xong bộ phim này, tôi thấy có rất nhiều điều đáng bàn về sự tự do tình dục, đâu là giới hạn, đâu là quyền bình đẳng nam nữ, những triết lý trong cuộc sống, trong các mối quan hệ, v.v...

Trước tiên phải giới thiệu là tôi đã có trọn bộ phim truyền hình nhiều tập *Sex and the City* gồm 23 DVD, tổng cộng 94 tập từ năm 2004 và có nhiều tập tôi nghiền ngẫm đến thuộc lời thoại như:

Carrie: "I'd like to think that people have more than one soulmate." (Tôi thích cái ý nghĩ rằng một người có thể có nhiều hơn một tri kỷ.)

Samantha: "I agree! I've had hundreds." (Tôi đồng ý. Tôi có hàng trăm tri kỷ.)

Carrie: "Yeah! And you know what, if you miss one, along comes another one. Like cabs." (Đúng vậy đấy. Và bạn biết không, nếu bạn bỏ lỡ mất một tri kỷ thì sẽ có một tri kỷ khác xuất hiện, như taxi vậy đó.)

Hay:

"Why don't you think your vagina is too big?" (Tại sao cô không nghĩ rằng "cái ấy" của cô quá to?) Khi Samantha phàn nàn rằng cái "ấy" của anh bồ quá nhỏ và bị anh ta bật lại một câu như thế.

Và cuối mỗi tập phim luôn là sự trăn trở của Carrie: "I couldn't help but wonder..." (Tôi không khỏi băn khoăn...)

Sex and the City ảnh hưởng nhất định tới quan điểm của tôi về sex. Đó là sự giải phóng phụ nữ trong đời sống tình dục. Bạn đã bao giờ có thể nói một câu đầy tự tin như Carrie: "I've just had sex like a man!" (Tôi vừa làm tình như đàn ông.)

Nghe tưởng chừng đơn giản nhưng có lẽ hiếm có một phụ nữ nào có thể nói và làm được như vậy. Trước nay ta vẫn cho đàn ông cái quyền được hưởng thụ trên giường và không thèm quan tâm bạn tình (phụ nữ) có thỏa mãn hay không. Vậy một ngày nào đó ta (phụ nữ) có thể làm tình như đàn ông không? Nghĩa là mình thỏa mãn xong mà đối tác chưa kịp thỏa mãn và nói: "Xin lỗi, em phải đi. Bye bye!"

Phải thế để cho bọn đàn ông biết thế nào là cảm giác của phụ nữ khi mới chưa đầy hai phút mà "anh đã xong."

Phụ nữ Việt Nam cần phải khám phá ra một điều rằng: Sex không phải chỉ để sinh đẻ. Sex là một điều tuyệt vời không chỉ dành cho đàn ông, mà phụ nữ cũng có đầy đủ quyền lợi để hưởng thụ nó. Và quan trọng hơn hết, đàn ông cũng phải có nghĩa vụ làm cho chúng ta sung sướng như họ được sung sướng. Đó là sự bình đẳng trong quan hệ, dù đó là quan hệ trai gái yêu đương hay quan hệ vợ chồng.

Sau bài viết *Sex trước hôn nhân*, tôi nhận được rất nhiều thư bày tỏ của các bạn gái. Qua đó, tôi nhận thấy nhiều em gái còn cực kỳ sai lầm về tư tưởng đối với sex, rằng nó là cái gì đó thiêng liêng, cao cả. Ừ, về mặt văn chương lãng mạn thì đúng đấy, nhưng thực tế thì nó là một nhu cầu sinh lý bình thường của con người, không phải cứ ai ngủ với em có nghĩa là nó muốn lấy em làm vợ, nhé!

Con gái, cụ thể là con gái Việt Nam hay im đi một điều là: "Em làm tình thì em cũng sướng", bởi nói ra thì sợ người ta đánh giá mình dâm dục. Vậy, đã không dâm dục thì đừng có làm tình nữa!

90

Một điều đáng bàn nữa là một số em gái còn lợi dụng sex để tống tình con trai, rằng "anh đã ngủ với tôi thì anh phải có trách nhiệm". Kể cả khi người ta đi yêu người khác rồi vẫn chạy theo giày vò bắt đền, rằng "tôi đã trao anh cái ngàn vàng, bây giờ anh phải lấy tôi".

Tại sao lại phải tự làm khổ mình thế? Như vậy còn hạ thấp nhân cách của chính mình nữa. Hãy nghĩ rằng sex chỉ là việc trao đổi nhu cầu sinh lý bình thường với sự tự nguyện của hai bên. Trao đổi sex mà cả hai cùng thỏa mãn thì tốt, không thì thôi. Mình (con gái) cũng có quyền lựa chọn chứ, anh này biết cách chiều chuộng trên giường - em thích, anh kia "không biết cho vào đâu" em không thích - em bỏ. Đó là quyền của mình mà, tại sao ta lại tự tước bỏ cái quyền đó đi mà hạ mình xuống một bậc, làm nô lệ tình dục cho cánh đàn ông?

Nhân vật Samantha trong *Sex and the City,* năm mươi tuổi, độc thân nhưng cô biết tận dụng cái sự tự do của người độc thân.

Xin nhắc nhở chị em: "Sex chẳng liên quan gì đến "Yêu" cả, đó là lý do đàn ông "đi ăn phở" để giải quyết sinh lý."

Nhiều người cho rằng Samantha là một con đàn bà dâm dục, nhưng tại sao phần đông chúng ta lại thích Samantha? Bởi vì cô dám làm mọi thứ cho sự tự do tình dục của mình - điều mà mọi phụ nữ đều thầm mong có được, nhưng không ai dám làm.

Điều tôi thích hơn cả ở Samantha là tư cách đạo đức. Có thể nói cô là một con mụ dâm đãng có tư cách đạo đức. Tôi đánh giá cao những người này hơn những người đạo đức giả, luôn miệng rao giảng về sự quan trọng của trinh tiết.

Các nhân vật trong *Sex and the City* đều là đại diện cho những quan điểm Sex khác nhau: Miranda là mẫu phụ nữ theo sự nghiệp và nhiều khi vì bận bịu với công việc mà quên cả chuyện chăn gối với chồng. Sáu tháng hai vợ chồng không động vào người nhau, cho tới một hôm Steve (chồng) phải tự thú là đã ngủ với người khác và xin vợ tha thứ vì đó chỉ là nhu cầu sinh lý. Tuy nhiên, Miranda đã không thể tha thứ cho chồng và hận chồng vì điều đó. (SATC the movie)

Chúng ta có thể thấy việc này xảy ra ở ngoài đời thật và liệu có ai nghĩ rằng đó phần nào cũng là lỗi của người vợ?!! Nếu người vợ quan tâm đến đời sống tình dục hơn thì người chồng đâu phải đi "ăn phở" ? Dĩ nhiên về sau Miranda mới ngộ nhận rằng mình đã quá khắt khe lạnh lùng với chồng và đã tha thứ. Chị em nào đã có chồng hãy điểm lại xem lần cuối cùng mình "ấy" chồng là khi nào để chú ý hơn nhé. Quan trọng đấy!

Charlotte là hiện thân cho tư tưởng bảo thủ truyền thống về sex. Dĩ nhiên không bảo thủ tới mức phải giữ gìn trinh tiết cho đêm tân hôn, nhưng cũng đủ để không chấp nhận việc "have sex" mà không có tình yêu.

Charlotte là một mẫu người hoàn hảo, xinh đẹp, có học, ngoan hiền, không chửi bậy bao giờ, cô là hình ảnh đối lập với Samantha. Tuy nhiên, chính sự đoan trang mẫu mực đó đã gò bó cô trong một khuôn mẫu nhất định mà đôi khi chính cô muốn phá vỡ nó. Không phải mình cứ ngoan hiền thì đời nó bằng phẳng. Đó là khi cô lấy phải anh chồng yếu sinh lý.

Nhiều người giống Charlotte nghĩ rằng, tình yêu là tất cả nhưng nếu anh không "dựng được thằng cu lên" thì đời sống vợ chồng chả có ý nghĩa gì. Cuối cùng, Charlotte đã phải ly dị chồng mà trong lòng không tránh khỏi hổ thẹn vì nguyên nhân ly dị chỉ vì sex.

Sự thật phũ phàng!!!

Như Charlotte có chồng (Trey) đẹp trai, nhà giàu, con nhà quý tộc, hiền lành, nồng nàn yêu vợ, v.v... nhưng "súng ống chưa tới cổng thành đã rụng lả tả" thì những đức tính tốt đẹp trên đã ko còn mấy ý nghĩa. Có đoạn Charlotte ức chế quá đã gào lên ở một restaurant: "**I just wanna be f**ked!**" trước sự choáng váng của nhóm bạn học cũ. Thật khó tin là câu nói đó lại thoát ra từ miệng Charlotte, nhưng ta có thể hiểu được sự ức chế đó đã tới mức không chịu nổi. Đoạn đó Carrie gọi là: "Charlotte has becomed Samantha."

Có lẽ Charlotte đã phải tự hỏi không biết bao nhiêu lần rằng: "Tôi là một cô gái ngoan, tôi tuân thủ theo sách thánh hiền, tôi lấy người tôi yêu và tôi chung thủy với chồng. Vậy tại sao tôi lại không được hạnh phúc?" Trong khi Samantha thì "you see that guy? I f**ked him. And that guy over there...

I f**ked him too". Có lẽ Samantha đã ngủ với hầu hết đàn ông ở New York và cô chưa bao giờ phải lăn tăn tự hỏi "tại sao". Có lẽ cô không có thời gian cho việc đó, cô dành thời gian cho việc hưởng thụ sex.

Suy cho cùng, thích sex đâu có gì là xấu và đâu phải là cái tội, miễn là nó nằm trong chuẩn mực đạo đức. Samantha là một người độc thân, tự do, không cam kết yêu ai, thậm chí sợ yêu và né tránh nó. Cô thích sex và sử dụng đàn ông để thỏa mãn sở thích của mình. Dĩ nhiên những người đàn ông ngủ với cô đều tự nguyện và họ cũng thích sex như cô, chứ không phải cô cưỡng ép hiếp dâm ai. **Đó thực sự là sự tự do tình dục.**

Chị em nào đang nhăn mặt tôi xin nhắc lại: "Sex chả liên quan gì đến "Yêu" cả, đó là lý do đàn ông vẫn "đi ăn phở" để giải quyết sinh lý."

Người như Samantha tưởng như không có trái tim nhưng thực sự cô lại là một người sâu sắc nhất. Nhớ đoạn cô mới quen Smith và làm tình với hắn trong nhà kho ngay trong giờ làm việc (Smith khi đó làm bồi bàn) bị bà chủ bắt gặp và đuổi việc. Samantha sau đó đã rút mấy tờ đô ra, gọi là đền bù thất nghiệp, nhưng Smith đã rất tự ái vứt tiền xuống "are you f**king kidding me". Có lẽ lúc ấy cái sỹ diện của một thằng đàn ông nổi lên ầm ầm, cảm giác như mình là một đĩ đực vậy. Hành động của Samantha có thể coi là một hành động xúc phạm, nhưng cô đã không hề nghĩ đến việc đó, mà xuất phát từ sự công bằng sòng phẳng, không để người khác chịu thiệt thòi vì mình.

Smith trẻ bằng nửa tuổi Samantha, nhưng mối quan hệ của họ đặc biệt trên cả mức bạn tình. Ban đầu nó xuất phát từ sự hợp cạ trên giường, rồi Samantha bắt đầu quan tâm tới việc gây dựng sự nghiệp cho Smith, từ một anh bồi bàn vô danh tiểu tốt, cô đã PR đưa anh lên hàng "sao" nổi tiếng ở Mỹ. Thực ra khi Samantha quan tâm tới bạn tình ở mức đó thì cô đã yêu rồi. Nhưng cô luôn phủ nhận chuyện đó, bởi cô rất sợ "Yêu", sợ mất tự do. Ngay cả khi Smith muốn nắm tay cô ở ngoài đường, cô cũng từ chối. Nó sẽ luôn là một cuộc chạy trốn tình yêu, cho đến khi Samantha bị ung thư vú.

Đó cũng là đoạn cảm động nhất về mối tình Sam & Smith. Sau những đợt xạ trị, cô bị rụng tóc và cô đã tự cạo trọc đầu để đội tóc giả. Smith không vì thế mà xa lánh cô, anh cũng cạo trọc đầu mình theo cô (Smith có mái tóc vàng rất đẹp). Anh đã luôn ở bên cô trong lúc cô vật lộn với bệnh tật và kể cả khi đó sex giữa hai người hầu như không có. Samantha thậm chí còn đẩy anh đi, khuyên anh đi tìm bạn tình mới, nhưng Smith đã tuyệt đối chung thủy, sex khi đó đã hoàn toàn được thay thế bởi "Tình yêu".

Ai xem tới đoạn này cũng phải xúc động bởi một tình yêu chân thành và nguyên thủy nhất giữa hai người tưởng như sex là tất cả. Đó là cái đêm Samantha nằm cô đơn trên giường bệnh với chậu cây Smith gửi đặt kế bên cửa sổ. Khi đó Smith đang đóng phim ở Hollywood nhưng bất chấp tất cả anh đã bắt máy bay ngay trong đêm về New York để được ở bên cô. Rạng sáng anh về tới nhà, ân cần đặt tay lên bờ vai Sam, nàng tỉnh dậy và hỏi: "You flew all night?" (anh đã bay suốt đêm sao?). Nhìn ra khung cửa sổ dưới ánh trăng lờ mờ, chậu cây đã đâm chồi nảy lộc. Đó là khi Samantha hoàn toàn bị khuất phục trước "Tình yêu".

PHẦN 2

NHỮNG THỨ KHÁC.

Nhất nghệ tinh

Tôi vẫn nhớ những năm cấp ba, áp lực thi đỗ đại học đối với tất cả học sinh chúng tôi là rất lớn. Nhiều bạn vừa mới vào lớp mười đã đăng ký luyện thi đại học. Các bậc cha mẹ thì dùng mọi biện pháp để con cái nỗ lực thi đỗ đại học, từ việc treo phần thưởng đến dọa nạt. Trong số đó không ít phụ huynh tin rằng con mình học dốt, điều đương nhiên là phải dùng tiền chạy chọt cho con vào trường nọ trường kia.

Đứng từ xa nhìn vào, ta sẽ thấy nó như một cuộc đua ngựa, trong đó cha mẹ là những nài ngựa, la hét ra lệnh cho những chú ngựa con phải phi thật nhanh. Nhưng hỡi ôi, có phải con ngựa nào sinh ra cũng có thể lực tốt để có thể chạy về đích nhanh chóng đâu.

Cũng giống như những sĩ tử đi thi, trong cái đầu non nớt của chúng chỉ toàn là những câu nói của cha mẹ: "Cố mà thi đỗ vào trường này rồi ra trường tao xin vào cơ quan X cho." Hay là: "Phải học ngành này ra trường mới dễ xin việc", việc gì không cần biết. Nhiệm vụ của chúng là phải thi đỗ đại học, thi mà không đậu thì đó là nỗi nhục của gia đình, của ông bà cha mẹ và của cả dòng họ. Cứ thế những chú ngựa chỉ biết cắm đầu học, không cần biết mình muốn gì, sẽ trở thành người như thế nào.

Tất cả (các sĩ tử và bậc phụ huynh) chỉ chăm chú vào cuộc đua "thi đỗ đại học" mà quên mất rằng thực sự con họ (các sĩ tử) muốn gì? Biết đâu một chàng trai chỉ mê mẩn với những súc gỗ và muốn trở thành thợ mộc? Hay một cô gái muốn trở thành chuyên gia trang điểm, hoặc tiếp viên hàng không? Vậy thì tại sao ta lại phải bước chân vào cuộc đua này? Một cuộc đua ngột ngạt đầy áp lực và không phải lúc nào cũng công bằng.

Ngày nay, cơ cấu việc làm toàn cầu đã thay đổi khi giới trí thức có bằng đại học quá nhiều trong khi những lĩnh vực ngành nghề đòi hỏi kỹ năng như đầu bếp, thợ làm vườn, thợ sửa chữa xe hơi, điện dân dụng, v.v... bị thiếu hụt nhân lực trầm trọng.

Ở Úc, số sinh viên lứa tuổi từ mười lăm đến mười chín trong các trường đào tạo dạy nghề đã tăng từ 167100 trong năm 2006 lên tới 216700 vào năm 2009. (http://www.cisco.com/web/ANZ/netsol/strategy/content/training.pdf)

Sự gia tăng đáng kể này cho thấy việc lấy bằng đại học không còn là một nhu cầu cấp thiết để xin việc làm. Rốt cuộc thì chúng ta đi học với một mục đích là để trang bị đầy đủ kỹ năng làm việc. Nếu như học đại học bốn năm, ra trường mà thất nghiệp thì những kỹ năng không được sử dụng đến cũng bỏ xó. Trong khi đó, nếu một cậu học sinh học kém, các năm học phổ thông đều đội sổ nhưng cậu ta lại đam mê sửa chữa xe hơi chẳng hạn, vậy thì chẳng có lý do gì để cậu ta phải cố học tiếp hay chạy chọt để được vào đại học. Nếu cha mẹ là những người thực sự biết lắng nghe và hiểu những ưu, nhược điểm của con mình, họ sẽ không ép con vào đại học mà cho con đi học sửa chữa xe hơi khi con mới mười lăm tuổi.

Các cụ có câu: "Nhất nghệ tinh - nhất thân vinh!" Một nghề cho chín còn hơn chín nghề. Nghề ở đây không nhất thiết phải là giáo sư, bác sĩ, mà thợ mộc hay làm tóc cũng là cái nghề. Cậu học sinh khi xưa có thể học dốt nhất lớp nhưng mười năm sau cậu ta có thể là chủ một ga - ra ô tô trong khi bạn đồng trang lứa có người đã tốt nghiệp đại học nhưng vẫn không kiếm được việc làm.

Tết vừa rồi, tôi về Việt Nam, có đứa cháu đến chúc Tết và hỏi ý kiến ông nội (bố tôi) về việc thi vào trường cao đẳng. Nó tự biết lượng sức mình không thi nổi đại học nên chỉ chọn thi cao đẳng. Tôi hỏi nó thích làm nghề gì? Nó lắc đầu không biết, chỉ biết là thi vào kế toán thì ra trường sẽ dễ kiếm việc. Tôi hỏi: "Nếu đứa nào cũng thi vào kế toán thì lấy đâu ra việc để đáp ứng hết?" Nó cười ngượng, một lúc sau mới bộc bạch: "Thực ra cháu muốn làm kỹ thuật răng giả giống bố cháu, nhưng cháu ngại..." Mãi sau tôi mới hiểu nó ngại vì có cô bạn gái ở đó, nó muốn bạn gái nó phải tự hào vì nó có một cái nghề rõ ràng, chẳng phải là giáo viên, bác sĩ thì cũng phải là cái nghề dễ chấp nhận như "kế toán".

Nhân đây tôi kể câu chuyện mà tôi đã kể cho cháu tôi nghe. Đó là câu chuyện về những người bạn từ thời tiểu học của tôi, những người mà hồi đó các thầy cô giáo đều cho là khó có thể nên người.

Câu chuyện thứ nhất:

Đó là vào năm 1995, khoảng thời gian cuối năm lớp mười một, Long đến trường đi thi với đôi dép mới mẹ mua cho. Tới cổng trường, Long bị thầy giám thị (nguyên là bác trông xe) giữ lại vì tội không đi dép quai hậu. Thầy kéo tai Long lôi xềnh xệch trước tiếng cười nhạo của bạn bè và tịch thu đôi dép mới đó. Vì tức giận và theo phản xạ tự nhiên, Long đẩy thầy ra. Với hành động đó, Long phải trả giá bằng việc bị đình chỉ thi, phải thi vào dịp hè cùng các bạn thi lại. Là một học sinh khá trong lớp, hai năm liền cậu đều được cử đi thi học sinh giỏi tiếng Anh, cậu không thể chấp nhận việc bị xếp vào dạng "thi lại" trong khi cậu chưa hề được thi chính thức. Lòng tự trọng không cho phép Long phải cúi đầu "thi lại" và cậu quyết định bỏ học.

Mẹ cậu xin cho cậu một chân dọn dẹp trong bếp của một khách sạn năm sao tại Hà Nội. Long kể, ngày đầu tiên đi làm, công việc là móc cống và rửa khuôn bánh. Cậu ta nhớ mãi cái hôm ở trong bếp hì hụi cọ rửa khuôn bánh, nhìn ra ngoài cửa sổ thấy các bạn tan lễ bế giảng, ríu rít đạp xe với những chiếc giỏ xe chở đầy hoa phượng mà ứa nước mắt. Tuổi học trò của Long đã kết thúc trong tiếng kỳ cọ rửa dụng cụ làm bếp và cả những giọt mồ hôi pha lẫn nước mắt của cậu bé mười bảy tuổi.

Sau ba tháng thử việc, Long chính thức được nhận vào làm nhân viên, vẫn những công việc ấy - móc cống và rửa dụng cụ làm bếp.

Mười bảy năm sau, cậu bé móc cống trở thành trợ lý giám đốc của một khách sạn quốc tế sang trọng bậc nhất Việt Nam, với 115 nhân viên trong nhà bếp.

Nó có thể là một thời gian quá lâu cho những người muốn đốt cháy giai đoạn, dùng tiền để lót đường thăng tiến. Nhưng ở đây, tôi chỉ muốn nói đến những người thực sự cần cù chịu khó, đi lên từ đôi bàn tay của chính mình.

Câu chuyện thứ hai:

Hiền là bạn học cùng lớp với tôi và Long suốt những năm cấp hai, học lực trung bình, không có gì nổi trội, Hiền cũng không có năng khiếu ở bất kỳ môn nghệ thuật nào. Hết cấp ba, Hiền đăng ký thi vào trường Đại học Mở. Khi ấy Đại học Mở lấy điểm đầu vào tương đối thấp so với các trường đại học khác, tuy nhiên Hiền vẫn không đậu.

Một năm sau, Hiền quyết tâm thi lại vào Đại học Mở và trúng tuyển vào khoa Du lịch. Năm 2001, sau bốn năm học đại học, ra trường với tấm bằng cử nhân Du lịch, Hiền vẫn không tìm được việc làm.

Mẹ Hiền có một sạp vải ở chợ Đồng Xuân, thấy con gái thất nghiệp thì bảo con ra trông hàng cho mẹ, tấm bằng cử nhân bị vứt xó.

Năm 2003, Hiền lấy chồng và công việc chính vẫn là trông coi sạp vải cho mẹ ở chợ Đồng Xuân. Cuộc sống cứ buồn tẻ trôi đi như vậy, rồi Hiền lấy chồng, sinh đứa con đầu lòng, ở nhà nuôi con.

Năm 2005, khi con được một tuổi thì Hiền đi học một lớp Kế toán tổng hợp cấp tốc ba tháng, mục đích là xin làm kế toán ở một công ty nào đó cho ổn định. Tuy nhiên, khi được nhận vào làm kế toán rồi thì sau bốn tháng, Hiền bỏ việc. Cô nhận thấy mình không thích hợp với nghề này.

Ở nhà chăm con hai tháng, Hiền nghe phong thanh ở tỉnh Vĩnh Phúc có dự án làm điện vùng nông thôn, qua một nhân viên dự án, cô xin được danh sách các nhà thầu. Một mình cô tự đi liên hệ với các nhà thầu và xin cung cấp vật tư cho họ, mặc dù khi ấy cô chỉ có hai bàn tay trắng. Trong các nhà thầu, chỉ có một nhà đồng ý cho cô cung cấp quả sứ cách điện. Khởi đầu như vậy đã là may mắn rồi, nhưng cô còn phải tìm đầu mối cung cấp quả sứ. Tự mày mò tìm hiểu, cô tìm được nhà cung cấp sứ Hoàng Liên Sơn ở tận Yên Bái.

Thời gian đó, họ còn đang làm đường từ Hà Nội đi các tỉnh phía Bắc nên cô đi xe máy đến siêu thị Metro, gửi xe ở đó rồi bắt xe khách đi Yên Bái, một thân một mình cứ lặn lội như thế, cô mò đến tận nhà máy sản xuất quả sứ để được mua hàng tận gốc. Tuy nhiên, họ không cho cô mua chịu mà phải thanh toán tiền ngay khi lấy hàng. Chuyến hàng đầu tiên đó trị giá mười hai triệu. Nhất định không chịu vay mượn tiền của ai, Hiền đi đặt chính chiếc xe máy của mình để có mười hai triệu mang lên Yên Bái lấy hàng. Sau khi cung cấp cho nhà thầu lô quả sứ đầu tiên, cô nhận được mười sáu triệu rưỡi, lãi bốn triệu rưỡi. Đi buôn một chuyến bằng tiền lương cả tháng của một kế toán viên. Cô chuộc lại chiếc xe máy, tiền lãi thì trích hai triệu đồng mua một cái máy fax cũ để tiện giao dịch sau này. Cô quyết tâm đi theo con đường này vì trái tim cô thực sự đập vì nó.

Sau khi cung cấp quả sứ cho vài ba nhà thầu, Hiền nhận cung cấp cả xà điện, dùng để bắt sứ cột điện. Đầu năm 2006, Hiền mở xưởng sản xuất vật tư cột điện để cung cấp cho các nhà thầu ở khắp các tỉnh phía Bắc Việt Nam. Đây là dự án điện nông thôn do Ngân hàng Thế giới tài trợ, mỗi tỉnh nhận được từ một trăm tỉ đến hai trăm tỉ đồng tiền dự án.

Tháng Chín năm 2006, Hiền chính thức mở công ty để có tư cách pháp nhân, xuất hóa đơn tài chính. Chín tháng sau, cô trúng một gói thầu lớn ở Tam Đảo, Vĩnh Phúc. Tiền lãi cộng với vay thêm cô mua một chiếc ô tô trị giá ba trăm năm mươi triệu. Cô xác định chiếc xe là phương tiện hữu ích nhất để giúp cô chinh chiến ở các tỉnh. Trước đó, trong một lần áp tải xe chở hàng lên núi, cô đã gặp tai nạn nguy hiểm đến tính mạng. Về Hà Nội, cô xin đi học lái xe, có bằng lái rồi cô thuê xe Matiz tự lái đi các tỉnh, không phải phụ thuộc vào xe khách nữa. Sau hai tháng lái xe thuê, cô đã mua được một chiếc xe riêng cho mình.

Công ty của Hiền ngày một làm ăn phát đạt, các xưởng sản xuất gia công cơ khí của cô cung cấp mỗi gói thầu từ bảy tấn đến mười tấn xà.

Cuối năm 2007, Hiền có một xưởng sản xuất cột điện và một xưởng sản xuất cơ khí. Doanh thu năm 2007 đạt ba mươi tỉ.

Năm 2008, Hiền nhận thi công công trình điện và vừa cung cấp vật tư điện. Cô có xưởng sản xuất cột điện ở khắp các tỉnh phía Bắc (Bắc Giang, Hải Dương, Việt Trì, Phú Thọ) mỗi tỉnh có một xưởng, có tỉnh hai xưởng. Doanh thu năm đó đạt gần bốn mươi tỉ.

Năm 2009, Hiền sinh thêm em bé, nhưng không vì thế mà cô ngừng làm việc. Cô mở thêm ba xưởng sản xuất cột điện và làm thêm bốn công trình điện, đồng thời vẫn cung cấp vật tư cho các nhà thầu. Cuối năm 2009, cô còn nhận làm đường giao thông, đưa doanh thu năm này lên bảy mươi tỉ.

Năm 2010, Hiền làm ba công trình giao thông, một công trình điện song song với việc sản xuất vật tư điện. Doanh thu năm 2010 đạt gần một trăm tỉ, năm kế tiếp (2011) đạt một trăm năm mươi tỉ.

Năm 2012, Hiền ký một dự án trị giá bảy trăm tỉ, xây biệt thự nhà phố ở khu du lịch Tuần Châu và cô vẫn còn hai xưởng sản xuất cột điện ở tỉnh Vĩnh Phúc.

Cô cử nhân thất nghiệp về nhà trông sạp vải cho mẹ ngày ấy giờ là tổng giám đốc, quản lý mười nhân viên văn phòng và một trăm mười tám công nhân thợ kỹ thuật, xây lắp, sản xuất. Không những thế, cô còn là một người vợ, người mẹ đảm đang. Tất cả những gì Hiền có được ngày hôm nay đều do hai bàn tay và khối óc của cô làm nên, không phải nhờ tấm bằng đại học cử nhân Du lịch.

Nói như vậy không phải việc học đại học là vô giá trị, mà tôi muốn chỉ ra rằng tấm bằng đại học không phải là chiếc vé đảm bảo cho bạn có việc làm mong muốn. Có rất nhiều con đường làm nên sự nghiệp tương lai, không nhất thiết phải qua học đại học. Đừng nghĩ "chọn trường đại học nào để ra trường dễ kiếm việc" mà hãy nghĩ: "Mình thích làm nghề gì, mình sẽ học nghề đó, bất kể trường đào tạo là trường dạy nghề hay trường cao đẳng hay đại học." Đặt niềm đam mê của mình lên trên hết thì dù bắt đầu từ đâu, bạn cũng sẽ không bao giờ hối tiếc vì đã lãng phí thời gian và công sức cho sự nghiệp của mình.

Tôi rất thích câu nói của Khổng Tử và coi đây là lời khuyên tốt nhất cho các bạn trẻ trước khi bước chân vào ngưỡng cửa cuộc đời:

"Hãy chọn cho mình một nghề yêu thích, và bạn sẽ không bao giờ phải làm việc một ngày nào trong đời."

GVA 23/11/2012

Khi nào thì đồng lòng?

Gần đây tôi thấy nhiều bạn trẻ quan tâm đến việc tàu đánh cá Việt Nam bị đâm chìm, ngư dân mất tích. Từ hồi nào mà giờ chúng ta mới quan tâm đến việc ngư dân mất tích vậy? Việc ngư thuyền bị tấn công, ngư dân bị bắt cóc đòi tiền chuộc, bị tra tấn, cướp bóc tài sản vẫn xảy ra cả chục năm nay, chứ chẳng phải đây là lần đầu tiên... nhưng sao ta "bỗng dưng" quan tâm lo lắng vậy?

Chẳng phải vì thế mà ta mới ý thức được Tình Đoàn Kết Dân Tộc sao?

Trước kia, hẳn là mỗi sáng ta giở tờ báo đọc lướt mà thấy tin một thuyền đánh cá bị chìm làm chín người mất tích thì chắc là ta sẽ lướt êm đi mà đọc tin hot, xem em Thùy Linh - Vàng Anh đã tự tử chưa sau cái vụ scandal kia.

Từ khi nào mà chúng ta nhẫn tâm với cộng đồng như vậy? Cho dù chín người mất tích kia chẳng có bà con ruột thịt gì với mình, nhưng nếu tất cả chúng ta cùng đau nỗi đau của người thân mà tìm ra lý lẽ, đòi lại sự công bằng cho họ thì chắc chắn một ngày khi ta lâm hoạn nạn - ta sẽ không bao giờ đơn độc. Cả cộng đồng sẽ luôn ở bên ta.

Ai trong chúng ta chẳng có lúc khốn nạn, gặp chuyện rủi ro. Cái thái độ "đứa nào không may thì cho nó chết" thật là một thái độ phi nhân tính, phi đạo đức. Một xã hội mà ai cũng mang tư tưởng như vậy thì tất cả chúng ta sẽ chết trong cô đơn và hận thù. Thế thì tệ quá!!! Sống như thế có giá trị không?

Tôi kể ra đây một câu chuyện về sự Đoàn Kết Dân Tộc của người Úc.

David Hicks (sinh năm 1975) là một công dân Úc nhưng hắn đã sớm rời bỏ quê hương, theo đạo Hồi, tham gia quân giải phóng Kosovo ở Albania đánh nhau với Serbia, rồi làm lính đánh thuê cho Pakistan chiến đấu với Ấn Độ ở vùng Kashmir. Năm 2001, hắn tham gia tập huấn quân sự ở căn cứ al-Qaeda, phục vụ quân Taliban ở Afghanistan.

Từ nhỏ David Hicks đã là một đứa bất trị, bị đuổi học năm mười bốn tuổi vì đánh

nhau, hút hít, uống rượu, gây rối ở trường.
Lớn chút nữa thì ăn cắp, ăn trộm...

Tháng Mười hai năm 2001, hắn đã bị quân
Đồng minh phương Bắc bắt ở Afghanistan
và giao cho quân đội Mỹ tống giam ở
Guantanamo Bay.

Guantanamo Bay là nơi Mỹ giam giữ tù
chính trị và khủng bố. Tội danh của David
Hicks rất rõ ràng: hắn là quân khủng bố của
al-Qaeda, chiến đấu chống lại Lực lượng
chống khủng bố Quốc tế, trong đó có Úc, đất
nước đã sinh ra hắn.

Hành động của David Hicks thật đáng
ghê tởm, không thể tha thứ. Đúng! Nhưng
bất chấp hành động tội lỗi của hắn, cho dù
hắn đã biến chất thành một tên khủng bố
nguy hiểm, toàn thể dân Úc đã đứng lên kêu
gọi đưa hắn trở về Úc!

Việc này thật ngoài sức tưởng tượng. Bản
thân tôi là người Việt Nam cũng đã nghĩ:
"Nó là người xấu, nó đáng chết lắm."

Nhưng... một câu hỏi thôi: TÌNH NGƯỜI
của chúng ta ở đâu???

Cho dù nó xấu thế nào thì nó cũng là một
con người.

Cho dù nó lạc lối nó vẫn là một đứa con (dù là đứa con hư hỏng).

Ông bố của David Hicks đã chạy vạy khắp nơi, tìm luật sư cho con, kêu gọi, vận động toàn thể nhân dân Úc ủng hộ việc đưa con ông về nước từ năm 2002 tới năm 2007.

Năm năm trời, tấm lòng của một người cha đã khiến ai cũng phải cảm động.

Tuy nhiên, nhân dân Úc ủng hộ ông không phải vì họ mủi lòng trước tình cha con đâu nhé!

Người dân Úc đều có đầy đủ kiến thức về chính trị, về luật pháp cùng ý thức của một công dân và bản thân mỗi người dân đều cho việc David Hicks bị giam ở Guantanamo Bay là không thể chấp nhận được.

Việc Mỹ giam tội phạm của Úc đúng là không chấp nhận được. Tội phạm của Úc phải để luật pháp Úc xét xử và tù giam ở Úc. Toàn thể nhân dân Úc đứng lên bảo vệ quyền công dân Úc cho David Hicks là được xét xử ở Úc. Họ chỉ trích sự nhu nhược của Thủ tướng Úc lúc bấy giờ đã không có hành động gì để đưa một công dân Úc về nước.

Khi đó Liên minh Anh - Mỹ - Úc đang rất thân thiết.

Cùng thời gian đó, nước Anh có chín tội phạm bị giam ở Guantanamo Bay chứ không phải một tội phạm như Úc. Nhưng nước Anh đã làm việc với Mỹ, đưa cả chín tội phạm này về nước xét xử.

Trong khi đó David Hicks vẫn ở trong tù ở Guantanamo mà không được xét xử, đó là hành động vi phạm luật Tù binh (phải được xét xử công khai).

Qua luật sư, hắn cho biết đã bị đánh đập dã man và phải chứng kiến các tù binh khác bị tra tấn. Đó là hành động vi phạm luật Nhân quyền.

Việc David Hicks vẫn bị giam ở Guantanamo Bay sau bao nhiêu năm đã là một vết nhục cho nước Úc.

Qua đây mới thấy ý thức cộng đồng của người Úc lớn lắm. Họ chẳng có câu: "Một con ngựa đau cả tàu bỏ cỏ" nhưng họ hành động thế đấy.

Sống trên đời ai chả có lúc xui, gặp vận rủi. Khi đó, nhận được sự cảm thông, ủng hộ của cộng đồng thì mới thấy quý và đáng trân trọng biết bao.

GVA 23/1/2007

Cuộc đời và số phận

Đây là câu chuyện đời thật của một cô bé Việt Nam tôi tình cờ xem trên ti vi, trong chương trình Người đương thời. Tôi đã khóc vì em từ đầu cho tới cuối chương trình, vì khi kể lại em cũng không cầm được nước mắt. Câu chuyện đó đã ám ảnh tôi rất nhiều.

Cô bé sống ở phía Bắc, gần biên giới Trung Quốc. Mẹ nó mất sớm, bố nó lấy vợ hai, nhà rất nghèo, nó không được đi học. Một hôm, một người quen của người hàng xóm nào bảo nó một cửa hàng bán va li đang cần người làm, lương tám trăm nghìn đồng một tháng, nghe hấp dẫn quá nên cả nhà đồng ý cho nó đi làm. Khi đó, con bé mới mười tuổi.

Người này dắt nó đi, ngọt nhạt nói: "Cô biết hoàn cảnh gia đình con nên thương tình, con cứ gọi cô là mẹ nhé!" Dọc đường đi hai người dừng lại bên một quán nước gần biên giới, bà này cho con bé ăn đồ tẩm thuốc mê, nó thiếp đi không biết gì. Tỉnh dậy, nó thấy xung quanh có rất nhiều chị gái ăn mặc hở hang, lòe loẹt, các chị nhìn nó rồi bảo: "Bọn chị ở đây khổ lắm rồi, em còn sang đây làm gì?" Nó nói: "Ơ, em sang đây bán va li, sao mà khổ?!!" Các chị bảo: "Rồi em sẽ biết."

Ngày đầu tiên có một người dắt nó đi đến một động mại dâm, bảo nó quan sát mà học tập các chị, cách đi đứng lả lơi và xem cả cách họ hoạt động mại dâm trên giường nữa. Con bé mới mười tuổi, nhìn những gì đang diễn ra nó phì cười, nó nghĩ những người này chơi trò chơi gì mà kỳ cục thế.

Ngay ngày hôm sau, nó đã bị một người đàn ông to béo đè ra cưỡng hiếp, nó tưởng nó sắp chết vì da thịt rách toang, máu me be bét. Nó đau đớn, sợ hãi, gào khóc đến kiệt sức, rồi ngất đi.

Họ cho nó nghỉ một ngày dưỡng thương, sau đó bắt nó tiếp tục công việc phục vụ khách. Nó không chịu, liền bị người ta đánh đập dã man rồi lôi vào một căn phòng, ở đó nó nhìn thấy chị N - người vừa tranh thủ an ủi nó hôm qua, giờ đã nằm trần truồng trên một vũng máu, đầu đập vào thành giường, chết mà không nhắm được mắt. Người ta dúi đầu nó vào sát mặt chị, nó kinh hoàng gào thét một cách điên loạn...

Kể từ đó, mỗi ngày nó phục vụ hơn hai mươi khách liên tục, "không cả mặc quần áo luôn" (nguyên văn lời kể), đã nhiều lần nó bị ngất đi ngay trên giường vì kiệt sức, mỗi khi nó kiệt sức, các chị cho nó một điếu thuốc hút, bảo hút cái này cho đỡ mệt. Nó không biết đấy là thuốc phiện, gây ảo giác, chỉ thấy sau khi hút xong thì làm việc không biết mệt, không cần cả ăn uống. Cứ thế dần dần nó trở thành con nghiện. Dần dần nó cũng biết rằng nếu chịu phục vụ khách thì sẽ được yên thân, nếu không thì sẽ bị đánh đập, ép làm việc thì còn tệ hại hơn.

Chưa có ai trốn thoát khỏi động mại dâm này mà chỉ có cách duy nhất là CHẾT. Câu chuyện của chị H được chị em truyền tụng làm kinh nghiệm để thoát khỏi ổ chứa này. Chị H may mắn được một người đàn ông Trung Quốc bỏ tiền ra mua về nhưng không phải làm vợ hắn, mà làm đĩ riêng cho nhà hắn. Nhà này có một ông bố và bốn thằng con trai. Năm bố con chung tiền mua chị H về để cùng xài chung. Dù sao, phục vụ năm người hằng ngày vẫn hơn là hai mươi người một ngày, như vậy có thể gọi là đổi đời rồi!

Cô bé luôn tâm niệm, khi gặp khách có vẻ đàng hoàng một chút thì cố gắng lấy lòng người ta, nếu được người ta yêu thì sẽ là một cái phúc lớn, vì đó sẽ là lối thoát vô cùng hiếm hoi. Ở Trung Quốc đang thiếu phụ nữ trầm trọng nên việc đàn ông (kể cả đàn ông có công ăn việc làm đàng hoàng) đi nhà thổ kiếm vợ là chuyện bình thường.

Một hôm, nó gặp một người khách có nhu cầu tìm vợ để sinh con nối dõi tông đường, nó tha thiết xin anh chuộc nó ra, nó sẽ đền đáp ơn anh suốt đời. Anh này thương tình, về gom đủ một trăm nghìn tệ (hai trăm triệu đồng) để chuộc nó ra. Số nó đúng là may mắn hiếm có. Nó nghĩ đó là nhờ mẹ nó ở trên cao phù hộ cho nó, vì hằng ngày nó luôn khấn vái: "Mẹ ơi, hãy thương con... phù hộ cho con thoát khỏi chốn này."

Về nhà anh này một năm sau, nó sinh hạ được một thằng con trai, nhưng từ lúc sinh con ra, nó chưa một lần được ôm con vào lòng. Bà nội thằng bé coi nó như một cái máy đẻ, được thằng cu rồi là bà tách riêng, cho bú sữa bình và nuôi dạy theo kiểu của bà. Thằng bé không hề biết mẹ ruột nó bị giam trong một căn phòng ở một góc vườn, hằng ngày chỉ biết nhìn con chơi đùa qua ô cửa sổ.

Anh chồng cũng tử tế, nhưng sợ mẹ và chỉ nghe theo chỉ đạo của bà, mặc dù thỉnh thoảng anh vẫn dấm dúi cho nó tiền và cho ra ngoài đi chợ. Ra ngoài nó không biết mình đang ở đâu trên đất Trung Quốc, nhưng dần dà nó bắt đầu làm quen với nhiều người Việt Nam ở đây. Có cả một ngân hàng dành cho người Việt, nên nó chắt bóp gửi tiền dành dụm vào ngân hàng này, chờ một ngày trốn thoát.

Năm thằng bé ba tuổi, kế hoạch bỏ trốn được anh chồng ủng hộ, với điều kiện là phải để thằng bé ở lại. Ngày hôm đó, nhân lúc bà nội đi vào nhà, bỏ thằng bé chơi một mình ngoài sân, nó chạy lại ôm hôn con, nước mắt rơi lã chã, nói: "Con ơi, mẹ yêu con lắm, mẹ sẽ quay về đón con sau nhé!"

Thằng bé không hiểu tiếng Việt, không hiểu cô nói gì, nhưng dường như tình mẫu tử trong máu nó mách bảo, thằng bé cũng ôm nó và lau nước mắt cho nó.

Nó vội vã bỏ đi trước khi bà mẹ chồng quay lại. Nơi nó ở cũng gần biên giới Việt

Nam, đi bộ trèo đèo, vượt núi một ngày là sang tới bên kia.

Lần mò đến cuối ngày hôm sau thì về tới nhà, nó gọi: "Bố ơi, con đã về!!!" Ông bố chạy ra ôm lấy nó mà khóc. Ông tưởng nó đã chết rồi.

Chuyện của nó cả xã biết và ai cũng khinh bỉ nó ra mặt. Bố mẹ nó đi ra đường không dám ngẩng mặt lên vì mang tiếng có con gái sang Trung Quốc làm đĩ.

Nó muốn làm lại cuộc đời nhưng cộng đồng không chấp nhận, ruồng rẫy khinh bỉ nó. Gia đình nó vì thế cũng bị xa lánh, nên nó quyết định bỏ nhà lên Hà Nội. Nó cũng hy vọng ở Hà Nội, nó sẽ kiếm được một nghề tử tế, như rửa bát cho các quán cơm. Nhưng chẳng ai thuê nó, mà trước mắt nó đói, cần chỗ ngủ, cần tiền, vì tiền của nó đã đưa hết cho bố mẹ, nên nó ra hồ Ha-le làm gái, tối ngủ ghế đá ven hồ.

Một đêm trời mưa lạnh, nó nằm trên ghế đá mê man rồi ngất đi không biết gì, tỉnh dậy thấy mình đang nằm đắp chăn trên giường, trong một ngôi nhà ấm áp, nó ngỡ nó đang nằm mơ... Rồi thấy một chị mang cốc trà nóng cho nó, nó nghĩ chị là cô tiên trong truyện cổ tích.

Sau đó nó được biết, chị đã tìm thấy nó nằm co quắp bên bờ hồ và đưa nó về nhà. Chị làm ở Hội Liên hiệp Phụ nữ Việt Nam. Sau khi nghe chuyện đời nó, chị đã gợi ý nó làm việc cho hội, tuyên truyền phòng chống tệ nạn mại dâm, nghiện hút ma túy và phòng chống HIV - AIDS.

Hiện nay cô bé ấy vẫn đang làm việc cho Hội Liên hiệp Phụ nữ Việt Nam tại Hà Nội, là một thành viên hoạt động xã hội tích cực, góp phần lớn trong các chương trình của hội.

GVA 11/1/2008

Chuyện con cá voi

Người Nhật hay ăn cá mà phải là thịt cá voi mới sang. Cá voi thì sắp tuyệt chúng, đặc biệt là loài cá voi lưng gù quý hiếm.

Người Úc dành bao nhiêu tiền của, công sức để bảo vệ môi trường, cứu chữa cho từng con cá voi bị thương, bị mắc cạn. Thế nên khi sang Úc, khách du lịch vẫn được xem cá voi nổi lên, bơi lượn trên biển.

Vậy thì việc người Nhật ăn cá voi liên quan gì đến người Úc???

Người Nhật nói rằng, họ bắt cá voi vì mục đích nghiên cứu.

Người Úc thì sao?

1. Báo chí đăng tin rầm rầm về việc người Nhật săn bắt cá voi.

2. Các nhà hoạt động môi trường, du lịch sinh thái, hải dương học bắt tay vào điều tra, thu thập bằng chứng là người Nhật giết cá voi để ăn thịt (chứ không phải để nghiên cứu) rồi đưa tin lên báo chí truyền hình.

3. Cả nước tham gia phản đối người Nhật ăn thịt cá voi.

4. Chính phủ Úc đưa việc "người Nhật săn bắt cá voi" thảo luận trong các cuộc họp nghị viện.

5. Thủ tướng Úc Kevin Rudd gặp gỡ và nói thẳng với Thủ tướng Nhật Yasuo Fukuda: "Các anh mà không nhịn ăn cá voi thì chúng tôi sẽ tuyệt giao quan hệ với các anh. Chúng tôi sẽ không xuất nhập khẩu, không giao thương với các anh nữa."

Dĩ nhiên văn phong ngoại giao lịch sự hơn nhiều, nhưng ý chính vẫn là thẳng tưng như thế.

Sau khi thấy thái độ mạnh mẽ dứt khoát của Úc, tháng Mười hai vừa rồi, Nhật đã cho ngừng ngay việc săn bắt cá voi, mặc dù bên ngoài vẫn nói rằng việc ngừng săn bắt đó không phải vì "sợ người Úc".

Đấy, thử hỏi người Nhật đã làm gì người Úc?

Họ có giết người Úc không? Không!

Họ có chiếm đảo của người Úc không? Không!

Họ có đánh bắt cá trong lãnh hải của người Úc không? Không!

Họ chỉ săn bắt cá voi trong lãnh hải của Nhật thôi, chứ động gì đến nước Úc mà người Úc làm dữ vậy?

Con cá voi có phải của riêng nước Úc không? Không!

Con cá voi có liên quan đến vận mệnh sống còn của nước Úc không? Không!

Nhưng nó liên quan đến ngành du lịch của nước Úc và vấn đề môi trường sinh thái toàn cầu.

Người Úc, từ dân đen cho đến chính phủ đều hiểu rất rõ tầm quan trọng của ngành du lịch và họ đồng lòng trong việc ngăn chặn người Nhật săn bắt cá voi.

Sâu xa hơn nữa, người Úc còn dạy cho người Nhật bài học "vuốt mặt phải nể mũi". Một việc nhỏ và xa vời như chuyện con cá voi mà họ "rắn" như thế thì đừng hòng nghĩ đến việc thò tay sang "bắt cá ao ta" nhé!

GVA 20/1/2007

Being assertive

Trong từ điển Tiếng Việt không có từ nào tương đương với từ "assertive" trong tiếng Anh. Nếu tra *Từ điển Lạc Việt* bạn sẽ được giải thích nó có nghĩa là "quả quyết, quyết đoán". Nhưng không phải, quyết đoán là "decisive". Từ "assertive" có ý nghĩa khác hơn rất nhiều. "Being assertive" nghĩa là cứng cỏi đứng lên bảo vệ sự công bằng cho mình. Thường trong trường hợp bị tấn công bằng ngôn từ hay bị bắt nạt, thay vì sợ va chạm mà "co vòi" lại, ta phải "being assertive".

Khi học ở Úc, một trong những bài học đầu tiên tôi được học trong trường là "being assertive". Chúng tôi còn được xem cả video với những tình huống, nhân vật để phân tích trường hợp nào là "being assertive", trường hợp nào chưa đủ "assertive".

Người Úc luôn khuyến khích thế hệ đi sau phải "assertive" tìm ra sự thật của một vấn đề, bảo vệ sự thật đó cho dù cha mẹ, người lớn tuổi hay người có địa vị cao hơn nói khác đi. Bạn nào ở Úc sẽ thấy các công ty lớn tuyển dụng nhân viên yêu cầu "personal skills", bên cạnh "kỹ năng đàm phán" là phải "being assertive". Nó là điều kiện bắt buộc để trở thành một nhà đàm phán, thương thuyết giỏi.

Chúng ta luôn được chú trọng rèn luyện đức tính khiêm tốn, lễ độ. Nhưng cái sự lễ độ được đề cao quá mức đến nỗi người hơn tuổi có quyền làm sai, quyền quát nạt người nhỏ tuổi mà người nhỏ tuổi dù đúng vẫn phải cúi đầu vâng dạ. Như vậy cái ranh giới giữa "lễ độ" và "hèn nhát" hỏi còn bao nhiêu?

Phải chăng chúng ta quên mất rằng chúng ta luôn có quyền tự bảo vệ mình? Không phải. Vì chúng ta không được học điều đó nên chúng ta không biết là mình có cái quyền đó. Chúng ta chỉ biết rằng nếu chúng ta lên tiếng tự bảo vệ mình thì sẽ bị coi là "thiếu lễ độ" hay "vô lễ". Quanh đi quẩn lại, ta luôn bị trói buộc bởi hai chữ "vô lễ" mà không thể nào thoát ra nổi.

Việt Nam có hai trường hợp kiếm hoi và điển hình của "being assertive":

Trường hợp thứ nhất: Lê Minh Phiếu.

Khi được chỉ định là người rước đuốc Olympic Beijing 2008, anh viết thư bày tỏ sự hãnh diện được là người rước đuốc, ca ngợi tinh thần thể thao của Olympic Beijing, nhưng cũng phản đối tính chính trị của Olympic này. Như vậy không phải là vô ơn vô lễ với ủy ban Olympic mà là biết phân biệt phải trái, đúng sai, ý thức được quyền và nghĩa vụ của mình là phải nói lên sự thật. Đó là "being assertive".

Trường hợp thứ hai: Luật sư Nguyễn Đăng Trừng.

Khi Bộ trưởng Bộ Tư pháp chỉ định một người không phải là luật sư làm chủ tịch hội đồng lâm thời luật sư, ông đã phản đối việc này vì nó trái với đề án thành lập tổ chức luật sư toàn quốc. Ông đã từ chức để bày tỏ sự bất bình. Cấp trên không cho ông từ chức, ông đã rất "assertive" và nói: "Tôi không xin từ chức mà tôi thông báo từ chức. Việc từ chức là quyền quyết định của cá nhân tôi chứ không phải "xin - cho"."

Vì không được dạy về "being assertive" nên nhiều người khi ra nước ngoài thường rụt rè nhút nhát.

Vì ta không biết dùng lý lẽ của mình để bảo vệ sự thật - ta đã không "assertive".

Từ "assertive" không đơn giản chỉ là một tính từ mà nó còn là một kỹ năng giao tiếp ứng xử theo ta đi suốt cuộc đời.

Khi còn nhỏ, giao tiếp với bạn học, bị bắt nạt, bị thầy cô trù dập ta phải "assertive".

Lên đại học, ta phải "assertive" để bảo vệ luận điểm của mình trước những giáo sư, giảng viên đại học có trình độ cao hơn ta (nhưng chưa chắc họ đã đúng hơn ta).

Ra trường đi làm, ta phải "assertive" với đồng nghiệp nếu như họ giao cho ta những việc không phải như mô tả trong hợp đồng và mình cũng không được trả lương để làm việc đó (rót nước pha trà, chạy việc vặt...)

Với đối tác làm ăn, ta phải "assertive" khi họ dọa nạt ta bằng một thế lực ngầm nào đó, ép buộc ta phải ký một hợp đồng bất lợi cho công ty mình.

Cuộc sống gia đình, ta phải "assertive" khi chồng/vợ đổ hết mọi trách nhiệm gánh nặng gia đình lên vai ta. Vợ chồng phải bình đẳng trách nhiệm trong gia đình và với con cái.

Như vậy mới thấy "being assertive" là vô cùng quan trọng trong việc ứng xử hằng ngày. Ngạc nhiên thay, một kỹ năng quan trọng như vậy lại không hề được dạy hay phổ biến. Giá như chúng ta cũng có từ để chỉ "assertive".

GVA 15/9/2008

Bonus:

Đây là bài giảng về "Assertiveness" của giáo sư Jeffrey Berman - Salem State College - Hoa Kỳ. Bản dịch của SaigonOne, xin trích để bạn đọc tham khảo.

SaigonOne đã tìm ra một từ tiếng Việt có thể nói gần như tương đương với từ "assertive", đó là "biện kháng" (biện là biện luận, kháng là đối kháng lại).

Một trong những điều quan trọng nhất, và cũng khó khăn để hiểu thấu những khía cạnh giao thiệp cá nhân, chính là "biện kháng". Biện kháng là những gì chúng ta thường gọi như "vùng đứng lên".

"Vùng đứng lên" như một yếu tố quan trọng trong sự giao dịch thương mại hay cá nhân. Trong "biện kháng" bao hàm ý nghĩa "vùng dậy" mà bạn không vi phạm quyền lợi của người khác. Nói cách khác, biện kháng là "lấy được cái bạn muốn, đạt được cái bạn cần" trong sự công bằng và hợp lý.

Biện kháng không có ý nghĩa là tấn công. Nhiều người thường so sánh biện kháng và tấn công như một hành vi chống cự. Nhưng thật ra chúng là hai lĩnh vực khác nhau.

Biện kháng: Tranh đấu cho quyền lợi của chính mình.

Tấn công: Vi phạm hay dùng bất cứ thủ đoạn gì có thể làm tổn thương hay thiệt hại cho người khác để đạt được mục đích của mình.

Sự đảo chiều của biện kháng là không biện kháng. Nói cách khác, nếu bạn không đứng lên vì quyền lợi của mình, nếu bạn không cố gắng đoạt cái bạn muốn bằng sự công bằng và hợp lý thì bạn không phải là người biện kháng.

Cái tôi không hiểu về sự biện kháng là suy nghĩ về những tình huống khác nhau mà trong đó gọi là thái độ biện kháng đúng đắn. Một điều quen thuộc với chúng ta là khi thấy người nào đó hút thuốc trong khu vực cấm hút thuốc, có bao nhiêu lần chúng ta bất đắc dĩ phải nói cho họ biết đây là khu vực cấm hút thuốc. Như vậy chúng ta đã là người biết biện kháng rồi.

Một ví dụ của sự biện kháng là khi bạn muốn trả lại món đồ mà bạn không hài lòng. Nhiều tiệm có quy luật cho trả lại mà không cần lý do. Nhiều khi bạn trả lại một món đồ mà bạn không hài lòng, bạn cần biết chắc rằng tiệm đó có chịu lấy lại món đồ đó hay không? Và có hoàn tiền lại cho bạn? Điều đó gọi là biện kháng.

Một ví dụ nữa của biện kháng là đòi hỏi tăng lương. Nhiều khi điều này không hợp pháp, nhưng với nhiều phạm vi khác, thì đó là cách duy nhất để lên lương. Vì thế bạn cần chuẩn bị cho trường hợp của mình. Bạn sẽ nói chuyện với ông chủ, hoặc người quản lý về trường hợp của mình. Như vậy là một hình thức của biện kháng.

Một ví dụ khác nữa của biện kháng là trong trường hợp khiển trách những thuộc hạ của mình. Rất nhiều người điều hành công việc không dám quở trách nhân viên vì sợ họ bỏ công việc mà tìm việc khác ngay, hoặc là họ sẽ ù lì. Nói cách khác, nếu nhân viên làm điều sai trái, hoặc vi phạm nội quy của công ty thì hành động tương xứng là bạn phải phạt kỷ luật hay cảnh cáo họ để lần sau họ không tái phạm.

Một ví dụ nữa về biện kháng, là mở cuộc đối thoại lại với những người mình đã tranh cãi trước đây. Nếu bạn đã từng tranh luận với ai, hoặc bất đồng ý kiến, có thể là vấn đề rất nhạy cảm mà bạn cảm thấy không thoải mái nếu nó cứ kéo dài. Nói cách khác, một điều chắc chắn khi bạn đối thoại lại, và tiếp nhận sự liên hệ lại thì chúng ta có thể làm việc chung với nhau một cách vui vẻ.

Biện kháng là một đề tài lớn. Và điều chắc chắn nó không thể bao trùm mọi vấn đề tiếp diễn. Bởi vậy tôi muốn giới thiệu cho bạn những điều "nên" và "không nên".

Nếu một người nào đó muốn lờ bạn đi khi bạn muốn biện kháng, đừng thất vọng. Đơn giản là bạn cứ tiếp tục trình bày vấn đề của bạn cho tới khi họ lắng nghe. Trong khi biện kháng, bạn có thể bị từ chối vì làm phiền, gây mất tập trung tư tưởng. Người khác có thể đổi hướng biện kháng của bạn bằng cách đưa ra những vấn đề không liên quan là thay đổi đề tài. Đừng để người khác đánh lạc hướng, cũng đừng để sự biện kháng của bạn ngừng lại cho đến khi bạn đạt được mong muốn.

Trong khi biện kháng nên có sự thông cảm. Sau cùng, có một số người có những quan điểm khác bạn, hoặc họ có những ý kiến riêng của họ khi bạn đang biện kháng thì cũng không sao. Nói cách khác, bạn cũng nhân dịp này tìm hiểu thêm về người khác.

Trong khi trình bày quan điểm của bạn khi biện kháng, tránh những suy nghĩ độc tài hay giáo điều, võ đoán. Và điều tốt nhất trong khi bảo vệ lập trường của mình là hãy giữ giọng nói bình thường, đều đặn. Nếu giọng nói của bạn chứng tỏ bạn đang thống trị, uy hiếp thì bạn đang mất dần hiệu quả trong biện kháng.

Một trường hợp tiêu biểu xảy ra trong biện kháng là nếu những điều bạn đồng ý trước đây với một người nào đó, mà nay không được tôn trọng trong cách hành xử khác hoặc những tình thế khiến vấn đề trở lại tình trạng lúc ban đầu, khi bạn bắt đầu biện kháng. Rồi sau đó bạn sẽ làm gì? Bạn sẽ đòi lại cho chính bạn và chỉ ra sự khác biệt giữa vấn đề đang xảy ra và cái trước đây bạn đã đồng ý. Hãy cố gắng mang vấn đề cần thiết trở lại theo ý muốn của bạn.

Một yếu tố quan trọng nằm sau sự biện kháng, là cái tôi "tự chủ". Sự tự chủ đi với sự hiện thân, sự tôn trọng và lòng tự tin của chính bạn. Nếu chúng ta xác định được quan niệm của chính mình, chúng ta sẽ tiến tới sự biện kháng tốt đẹp. Càng xác định được quan niệm và sự tôn trọng chính mình bao nhiêu, bạn càng dễ dàng tiến tới biện kháng. Đây là điều quan trọng bạn nên lưu tâm.

Một phương diện khác của "tự chủ" liên quan tới biện kháng là: "Làm sao để đối phó với sự căng thẳng". Bình thường, sự cần thiết của biện kháng rất quan trọng khi sự việc đầy căng thẳng. Ví dụ, trong trường hợp công việc rất căng thẳng, đừng thối lui, bạn có quyền lợi và cần phải biện kháng, bất chấp sự trầm cảm mà bạn đang đối diện.

Cuối cùng, vấn đề xảy ra khi tôi biện kháng đã làm cho người khác nổi giận hay hung hãn với tôi. Tôi hiểu rằng tôi có quyền lợi và sự cần thiết để biện kháng. Cách thích hợp nhất là im lặng, không cần phải trả lời khi người ta đang nóng nảy và gây hấn. Cuối cùng rồi sự việc sẽ lắng dịu, bạn có thể nói với người làm bạn tổn thương rằng bạn sẽ cân nhắc lại điều họ nói, nhưng cuối cùng, bạn vẫn phải tiếp tục biện kháng.

Phụ lục

**Nguyên bản tiếng Anh bài giảng về
"Assertiveness" của Giáo sư Jeffrey
Berman – Salem State College – Hoa Kỳ.**

One of the most important, yet difficult to master aspects of personal communications is assertiveness. Assertiveness is something we often call "standing for yourself".

"Standing for yourself" is as an important factor as a business relationship and a personal relationship. While assertiveness implies "standing for yourself" in such a way that you do not violate another person's rights. Another way of thinking about assertiveness is "getting what you want, getting what you need", using fair and reasonable means.

Being assertive does not mean being aggressive. Some people compare assertiveness to agressiveness in terms of being kinda a

continum of behaviors, but they're really two
different and separate concepts.

Assertiveness: standing for your own rights.

Agressiveness: violating or using whatever
tactics that are unnecessary that may hurt or
harm another person in order to get your way.

The opposite of assertiveness is not
agressiveness. The opposite of assertiveness
is NON-assertiveness. In another word, that if
you don't stand up for your rights, you don't
try to get what you need by using fair and
reasonable means: you're not being assertive.

What I don't understand assertiveness
is to think about various situations in which
assertive behavior may be called for. One
that we're familiar with is when somebody
starts smoking in a non-smoking area, a lot
of times we may be reluctant to call a person
for smoking and non-smoking area. However
by asking them to go to a more appropriate
area to smoke, we're being assertive.

Another example of assertiveness is
when you want to return an unsatisfactory
purchase that we shopped, some store will
have a policy of accepting returns without
any questions, but many times, when you're

trying to return a unsatisfactory purchase, you'll need to make sure that the store takes back the unsatisfactory item and will refund. That's called assertiveness.

Another example of assertiveness is asking for a pay raise. Sometimes, it's politically incorrect to ask for a pay raise. But in other organizational context, the only way to get a raise is to ask for it, so therefore you prepare for your case, you go to your superior or your boss, and you make your case and ask for your raise. That's being assertive.

Another case of assertiveness might be in terms of reprimading a subordinate. Many managers fear reprimanding a subordinate because they fear that person will be throwing for another job right away, or they fear that they're gonna become demotivated by the reprimand. On the other hand if the subordinate is doing something wrong or the subordinate is doing something that violate some company policies, the appropriate thing to do is to give that person... if you wanna call it disciplinary or a reprimand in such a way that they will know they won't repeat that behavior.

Another example of being assertive is to reopen a conversational dialogue with someone you've had an argument with. If you've had an argument with someone, a disagreement, perhaps it's emotional. You don't necessarily feel comfortable so... that again. On the other hand, the sure thing to do, is to reopen a relationship and reopen a dialogue with that person so that you can work with them, going forward.

Assertiveness is a large subject. And it's surely impossible to cover every possible situation that may come up. So I'd like to present to you some "dos" and "don'ts" about being assertive.

If someone ignores you like trying to be assertive, don't be discouraged. Simply continue to present your case until the other person starts to listen to you. While being assertive, you can refuse to be distracted by the other person. Another person that trying to sidetrack your assertiveness by bringing up unrelated issues or by changing the subject - don't let that sidetrack you, don't let that stop you being assertive until you get it right.

While being assertive can also being empathetic. After all, another person is going to have a different point of view, another person may have their own opinion and therefore, you're asserting your rights. On the other hand, try to understand the other person at the same time.

When expressing your point of view and being assertive, try to avoid the domineering or dogmatic. And, the best way to do that is to assert yourself in an even tone of voice. If your tone of voice reveals some kind of attempt to dominate, you're going to lose the stream of effectiveness in trying to be assertive.

One typical situation that occurs in assertiveness is if a prior agreement you had with someone is being violated in other words behaviour or situation that has fallen back into the original state where you were originally needed to be assertive. What do you do then? You then reassert yourself and point out the discreteness between what's going on now and what you previously agreed on, trying to bring the situation back to one that meets your needs.

An important background factor in assertiveness is what I might call "self control". Self control has to do with our self

141

image, with our self esteem and with our self confidence. If we are positive in our self image, we well tend to be assertive. The more positive your self image and self - esteem is, the more likely it is that we will be assertive. This is an important thing to keep in mind.

Another aspect of self control with regard to assertiveness is "How do we deal with stress?" Very often, the need to be assertive is most important when things are stressful. For example, in a stressful work situation, so under those circumstances, don't back off, you have your needs, you have your rights, be assertive despite the high level of stress that you're encountering.

Finally, there is the issue of what happens if I'm assertive and the other person gets angry or aggressive, in other words, I recognize my rights and needs and I'm being assertive. The other person has blowned up at night. The appropriate approach there is to use the concept of silence into personal communication. Don't respond to the other person's anger or aggressiveness, eventually things may calm down and you can say in the injurer that your considering what the other person has to say, but in the end, continue to be assertive.